ചെ ഗുവേര

കത്തുകൾ

che guevara kathukal

•

che guevara

•

translated
c bhaskaran

•

first edition
october 1997

•

third edition
april 2007

•

fourth edition
november 2008

•

fifth edition
april 2013

•

typesetting and published
chintha publishers, thiruvananthapuram

•

printed
akshara offset, thiruvananthapuram

•

cover
ambeesh

വിതരണം

ദേശാഭിമാനി ബുക്ക് ഹൗസ്

H O തിരുവനന്തപുരം–695 035
www.chinthapublishers.com
chinthapublishers@gmail.com

ബ്രാഞ്ചുകൾ

ഹെഡ്ഡാഫീസ് ബ്രാഞ്ച് കുന്നുകുഴി • ഓവർബ്രിഡ്ജ് തിരുവനന്തപുരം • കെ എസ് ആർ ടി സി ബസ് സ്റ്റേഷൻ ആലപ്പുഴ • കെ എസ് ആർ ടി സി ബസ് സ്റ്റേഷൻ എറണാകുളം • മച്ചിങ്ങൽ ലെയ്ൻ തൃശൂർ • ഐ ജി റോഡ് കോഴിക്കോട് • കെ എസ് ആർ ടി സി ബസ് സ്റ്റേഷൻ കോഴിക്കോട് • എൻ ജി ഒ യൂണിയൻ ബിൽഡിങ് കണ്ണൂർ • സെൻട്രൽ ബസ് ടെർമിനൽ കോംപ്ലക്സ് താവക്കര കണ്ണൂർ

CR - 1261 / 3179

ചെ ഗുവേര

കത്തുകൾ

ചെ ഗുവേര

വിവർത്തനം

സി ഭാസ്കരൻ

ചിന്ത പബ്ലിഷേഴ്സ്
തിരുവനന്തപുരം-695 035

ഇരുപതാം നൂറ്റാണ്ടിന്റെ ഇതിഹാസം

സി ഭാസ്കരൻ

സമകാലീന ജീവിതത്തിൽ അരങ്ങുതകർത്താടിയ പലരും വിസ്മൃതിയുടെ അഗാധഗർത്തത്തിൽ ഒന്നൊന്നായി പതിക്കുന്ന കാഴ്ച നാം കാണുന്നു. എന്നാൽ കാലം ചെല്ലുന്തോറും ലോകമെങ്ങുമുള്ള ജനങ്ങളുടെ സ്മരണയിൽ ഒന്നിനൊന്നു തിളക്കമേറി വരുന്ന ഒരു നാമധേയമുണ്ട്, ചെ ഗുവേര. ഈ നൂറ്റാണ്ടിന്റെ രണ്ടാം പകുതിയുടെ തുടക്കത്തിൽ ലോകയുവതയുടെ മനസിൽ ഒരു ഇതിഹാസപുരുഷന്റെ സ്ഥാനം നേടിയെടുത്ത ചെ ഇന്നും സാമ്രാജ്യവിരുദ്ധ പോരാളികൾക്ക് ആവേശത്തിന്റെയും ആത്മവിശ്വാസത്തിന്റെയും സ്രോതസാണ്. ആ വിശ്വോത്തര വിപ്ലവകാരിയെ ബൊളീവിയയിലെ നീചന്മാരായ ഭരണാധികാരികൾ ചതിച്ചുകൊന്ന് നാലു പതിറ്റാണ്ടു കഴിയുമ്പോഴും ആ നാമശ്രവണ മാത്രയിൽ സ്വേച്ഛാധിപതികളും യാങ്കികിങ്കരന്മാരും ഞെട്ടിവിറയ്ക്കുന്നു.

1928 ജൂൺ 14-ന് അർജന്റീനയിലെ ഒരിടത്തരം കുടുംബത്തിൽ ജനിച്ചുവളർന്ന ചെയുടെ ജീവിതം വീരസാഹസകൃത്യങ്ങളുടെ ഒരു ഇതിഹാസമാണ്. കുഞ്ഞുനാളിലേ ആസ്ത്മാ രോഗത്തിന് അടിപ്പെട്ട അദ്ദേഹം നീന്തലും ഗോൾഫും റഗ്ബിയും ഫുട്ബാളും വേട്ടയും സൈക്കിളോട്ടവും കുതിരസവാരിയും ഒന്നുംതന്നെ വിട്ടില്ല. തന്റെ സഹപാഠിയും കളിക്കൂട്ടുകാരനുമായിരുന്ന ആൽബർട്ടോ ഗ്രനാഡൊവിനോടൊപ്പം ഈ ദേശാടന ഭ്രാന്തുകാരൻ മോട്ടോർ സൈക്കിളിൽ ലാറ്റിനമേരിക്ക മുഴുവൻ ചുറ്റിക്കറങ്ങി. പണമില്ലാതെ

വന്നപ്പോൾ ചായക്കടകളിൽ പാത്രം കഴുകി, കർഷകരെ ചികിത്സിച്ചു, മൃഗഡോക്ടറായി ജോലി നോക്കി. തുറമുഖ തൊഴിലാളിയായും ചുമട്ടുതൊഴിലാളിയായും നാവികനായും പണിയെടുത്തു. ഇക്വഡോറിൽ ഫുട്ബാൾ കോച്ചായി. ഈ യാത്ര ലാറ്റിനമേരിക്കൻ ജീവിതത്തിന്റെ യഥാർഥ ചിത്രം അദ്ദേഹത്തെ ബോധ്യപ്പെടുത്തി. തൊഴിലാളികളുടെയും കൃഷിക്കാരുടെയും ആദിവാസികളുടെയും ദാരിദ്ര്യവും കഷ്ടപ്പാടുകളും അദ്ദേഹത്തിന്റെ മനസിനെ പിടിച്ചുലച്ചു. അവരെ കണ്ണിൽച്ചോരയില്ലാതെ ചൂഷണം ചെയ്യുന്നവരോടുള്ള രോഷം കത്തിക്കാളി. ഈ അവസ്ഥയിൽനിന്ന് അവരെ മോചിപ്പിക്കുന്നതിനുള്ള ഒരേയൊരു പോംവഴി സാമൂഹ്യവിപ്ലവമാണെന്ന നിഗമനത്തിൽ അദ്ദേഹം ചെന്നെത്തി.

ചെറുപ്പം മുതൽ നല്ലൊരു വായനക്കാരനായിരുന്നു ചെ. കിട്ടുന്നതെന്തും വായിക്കും. എത്ര വായിച്ചാലും മതിവരില്ല. എല്ലാവരെപ്പോലെയും ചെയ്ക്കുമുണ്ടായിരുന്നു ഇഷ്ടപ്പെട്ട ഗ്രന്ഥകാരന്മാർ. ബാല്യത്തിൽ സൽഗാരി, ജൂൾവേൺ, ദുമ, വിക്ടർഹ്യൂഗോ എന്നിവരോടായിരുന്നു പ്രിയം. പിന്നീട് സെർവാന്റെ, അനത്തോൾ ഫ്രാൻസ് എന്നിവരായി പ്രിയപ്പെട്ട എഴുത്തുകാർ. ടോൾസ്റ്റോയി, ദസ്തയേവ്സ്കി, ഗോർക്കി എന്നിവരുടെ കൃതികൾ ആവർത്തിച്ച് വായിച്ചു. കവിതയിൽ കമ്പക്കാരനായിരുന്ന ചെ, കുട്ടിക്കാലത്ത് കവിതകൾ കുത്തിക്കുറിക്കുകപോലും ചെയ്തു. കവിയാകാൻ കഴിയാതെ പോയ വിപ്ലവകാരിയാണ് താനെന്ന് ചെ തന്നെ ഒരിക്കൽ പറയുകയുണ്ടായി. ഏറ്റവും പ്രിയപ്പെട്ട കവി നെരൂദയായിരുന്നു. നെരൂദയുടെ കവിതകൾ ഹൃദിസ്ഥമായിരുന്നു.

ഇപ്രകാരം വലിയ വായനക്കാരനായിരുന്നുവെങ്കിലും ക്ലാസിൽ കൃത്യമായി ഹാജരാകുന്നതിൽ ചെ താൽപ്പര്യം കാട്ടിയില്ല. എങ്കിലും പരീക്ഷകൾ പാസാകുന്നതിൽ അതൊരു പ്രതിബന്ധമായിരുന്നില്ല. ഗണിതശാസ്ത്രത്തിൽ സമർഥനായിരുന്ന ചെ വൈദ്യശാസ്ത്രം പഠിക്കാൻ തീരുമാനിച്ചു. കാൻസർ രോഗം മൂലം അമ്മ മരണമടഞ്ഞതും സേവനവ്യഗ്രതയുമായിരിക്കണം അതിന് അദ്ദേഹത്തെ പ്രേരിപ്പിച്ചത്. 1953–ൽ ഡോക്ടർ ബിരുദം നേടി.

അതിനുശേഷം രണ്ടാമതൊരു ലാറ്റിനമേരിക്കൻ പര്യടനത്തിനു പുറപ്പെട്ടു. ബൊളീവിയ, പെറു, ഇക്വഡോർ, കൊളംബിയ, പനാമ, കോസ്റ്ററിക്ക, ഗ്വാട്ടിമാല എന്നീ രാജ്യങ്ങൾ സന്ദർശിച്ചു. ഈ യാത്ര ചെയുടെ ജീവിതത്തിൽ ഒരു വഴിത്തിരിവ് കുറിച്ചു. ഗ്വാട്ടിമാലയിലൂടെ കടന്നുപോകുമ്പോൾ അവിടെ തിരഞ്ഞെടുക്കപ്പെട്ട പ്രസിഡന്റിനെ അട്ടിമറിക്കുന്നതിന് ഒരു കലാപം നടക്കുകയായിരുന്നു. ചില പുരോഗമന നടപടികൾ കൈക്കൊണ്ട പ്രസിഡന്റ് യാങ്കികൾക്ക് തലവേദനയായി മാറിയപ്പോൾ അദ്ദേഹത്തിന്റെ ഭരണം തകർക്കാൻ സി ഐ എ നടത്തിയ ഗൂഢാലോചനയുടെ

സന്തതിയായിരുന്നു ഈ കലാപം. അവസാനം അത് വിജയിച്ചു. ഗ്വാട്ടിമാല യാങ്കികളുടെ പിടിയിലമർന്നു.

ഈ അട്ടിമറിക്കുശേഷം ഗ്വാട്ടിമാലയിൽ തികഞ്ഞ അരാജകത്വം നടമാടി. ഈ സാഹചര്യത്തിൽ ചെ അവിടെനിന്ന് മെക്സിക്കോവിലേക്ക് തിരിച്ചു. അപ്പോഴേക്കും ലിബറൽ ജനാധിപത്യത്തിലുള്ള വിശ്വാസം പൂർണമായി നഷ്ടപ്പെട്ടു. സായുധസമരത്തിന്റെ അനിവാര്യത തികച്ചും ബോധ്യപ്പെടുകയും ചെയ്തു. വാസ്തവത്തിൽ സാമൂഹ്യവിപ്ലവത്തിന്റെയും സായുധസമരത്തിന്റെയും വിവിധ വശങ്ങളും തത്വങ്ങളും പഠിക്കുന്നതിനാണ് മെക്സിക്കോവിലേക്കു പോയതുതന്നെ. അതിനുപറ്റിയ അന്തരീക്ഷമായിരുന്നു ആ രാജ്യത്തുണ്ടായിരുന്നത്. അങ്ങനെ വായനയും പഠനവും അവിടെ വന്നും പോയും കൊണ്ടിരുന്ന വിപ്ലവകാരികളുമായുള്ള ചർച്ചയുമായി കഴിയുന്നതിനിടയിൽ ഫിദൽ കാസ്ട്രോയെയും സഖാക്കളെയും കണ്ടുമുട്ടി. മൊങ്കാദാ ആക്രമണത്തിനുശേഷം മോചിതരായ അവർ അടുത്ത ആക്രമണത്തിന് തയാറെടുപ്പും പരിശീലനവും നടത്താൻ അവിടെ എത്തിയതായിരുന്നു. ചെ അവരോടൊപ്പം ചേർന്നു. ക്യൂബയുടെ മോചനത്തിന് പടവെട്ടി.

വിപ്ലവം വിജയിച്ചതിനുശേഷം വിപ്ലവകരമായ നിർമാണ പ്രവർത്തനങ്ങളിൽ തനിക്കുള്ള അസാധാരണമായ കഴിവ് ചെ തെളിയിച്ചു. 1959 മുതൽ 1964 വരെ ആറു വർഷം കാസ്ട്രോ മന്ത്രിസഭയിൽ അംഗമായിരുന്നു. അദ്ദേഹം അതിപ്രധാനമായ പല വകുപ്പുകളും വിദഗ്ധമായി കൈകാര്യം ചെയ്തു. വിപ്ലവത്തിന്റെ നേട്ടം ആദ്യംതന്നെ പ്രകടമായത് കാർഷികരംഗത്താണ്. ലാറ്റിഫുണ്ടിസ്റ്റുകളുടെ (ലാറ്റിനമേരിക്കൻ രാജ്യങ്ങളിലെ ഭൂസ്വാമിമാരെ ആ പേരിലാണറിയുന്നത്) ഭൂമി പിടിച്ചെടുത്ത് ഗവൺമെന്റ് കൃഷിയിടങ്ങളാക്കി മാറ്റി. അതിന്റെ മുഖ്യ കൈകാര്യ കർത്താവായി പ്രവർത്തിച്ചത് ഗവൺമെന്റിന്റെ കാർഷിക പരിഷ്കരണ വകുപ്പായ ലാന്റ് റീഫോം ഇൻസ്റ്റിറ്റ്യൂട്ടിന്റെ തലവനെന്ന നിലയിൽ ചെ ആയിരുന്നു. ഈ ഭൂപരിഷ്കരണ നടപടിയാണ് അമേരിക്കയെ ആദ്യം തന്നെ വല്ലാതെ ചൊടിപ്പിച്ചതും ക്യൂബക്കെതിരായ അമേരിക്കൻ ഉപരോധത്തിന് തുടക്കം കുറിച്ചതും. കാർഷിക പരിഷ്കരണ നടപടികൾ പൂർത്തിയായതിനുശേഷം ചെയുടെ ശ്രദ്ധ വ്യവസായ രംഗത്തായി. ക്യൂബയുടെ വ്യാവസായികാടിത്തറ കെട്ടിയുണ്ടാക്കുന്നതിന് മുൻകൈയെടുത്തു. തുടർന്ന് ആ രാജ്യത്തിന്റെ നാണ്യവ്യവസ്ഥ പരിഷ്കരിച്ച് സോഷ്യലിസ്റ്റടിസ്ഥാനത്തിൽ കെട്ടിപ്പടുക്കുന്നതിന് ദേശീയ ബാങ്കിന്റെ അധ്യക്ഷപദവിയിലിരുന്നുകൊണ്ട് നേതൃത്വം നൽകി. അമേരിക്കൻ സാമ്രാജ്യത്വം ക്യൂബക്കെതിരെ തിരിയുകയും ക്യൂബൻ വിപ്ലവത്തെ തകർക്കാൻ ഗൂഢാലോചന നടത്തുകയും ചെയ്തപ്പോൾ സോവിയറ്റ് യൂണിയൻ

ഉൾപ്പെടെ സോഷ്യലിസ്റ്റ് ചേരി ഒന്നടങ്കം ആ കരീബിയൻ ദ്വീപിന്റെ സഹായത്തിനെത്തി. ഇത് ക്യൂബയെ സോഷ്യലിസ്റ്റ് ചേരിയോടടുപ്പിച്ചു. കാസ്ട്രോവിന്റെ 'ജൂലായ് 26 പ്രസ്ഥാനം' കമ്യൂണിസ്റ്റ് പാർട്ടിയുമായി കൂടുതലടുത്തു. അവസാനം രണ്ടും തമ്മിൽ ലയിച്ചൊന്നായി. ഈ പ്രക്രിയക്ക് താത്വികമായ അടിത്തറയും വ്യാഖ്യാനവും നൽകിയത് ചെ ആണ്.

ഒരു മന്ത്രിയെന്ന നിലയിൽ അടങ്ങിയൊതുങ്ങിക്കഴിയാൻ ചെയിലെ വിപ്ലവകാരിക്ക് കഴിഞ്ഞില്ല. മറ്റു ലാറ്റിനമേരിക്കൻ നാടുകളിലെ പോർക്കളങ്ങൾ ആ വിപ്ലവകാരിയെ മാടിവിളിക്കുന്നുണ്ടായിരുന്നു. ചെ ആ വിളി കേട്ടു. എത്രയും വേഗം പോർക്കളത്തിലേക്കു പോകാൻ തീരുമാനിച്ചു. ഫിദൽ കാസ്ട്രോവിന് ഹൃദയസ്പർശിയായ ഒരു കത്തെഴുതിവച്ചതിനുശേഷം ബൊളീവിയയിലേക്ക് തിരിച്ചു. ലോകത്തിലെ ആദ്യത്തെ സോഷ്യലിസ്റ്റ് വിപ്ലവത്തിന്റെ 49–ാം വാർഷികദിനത്തിൽ നങ്കഹുവാസു നദിക്കരയിലുള്ള ഒളിസങ്കേതത്തിലെത്തി. തുടർന്ന് ഒളിപ്പോർ യുദ്ധത്തിൽ മുഴുകി. യുദ്ധം തുടർന്നുകൊണ്ടിരിക്കെ ബൊളീവിയൻ പൊലീസ് ചതിയിൽ പിടിച്ച് 1967 ഒക്ടോബർ 9–ന് വെടിവച്ചുകൊന്നു. അങ്ങനെ ഈ നൂറ്റാണ്ടിലെ ഏറ്റവും പ്രമുഖനായ ഒരു സാർവദേശീയവാദിയുടെ ജീവിതത്തിന് തിരശ്ശീല വീണു.

മരണത്തെ പലതവണ മുഖാഭിമുഖം കണ്ടതാണ് ചെ. അതിനെ ഒരിക്കലും ആ വിപ്ലവകാരി ഭയപ്പെട്ടില്ല. എന്നല്ല, പതിയിരിക്കുന്ന മരണം ഏത് സമയവും വന്ന് പിടികൂടിയേക്കുമെന്ന് പ്രതീക്ഷിക്കുകയും അതിനെ സ്വാഗതം ചെയ്യാൻ സദാ തയാറായിരിക്കുകയും ചെയ്തിരുന്നു. എങ്കിലും ഒരു കാര്യം അദ്ദേഹം ആഗ്രഹിച്ചു:

> പതിയിരിക്കുന്ന മരണം എവിടെയെങ്കിലും ചാടിവീണ് ഞങ്ങളെ വിസ്മയിപ്പിച്ചു കൊള്ളട്ടെ. അതിനെ ഞങ്ങൾ സ്വാഗതം ചെയ്യും. പക്ഷേ, ഒന്നുമാത്രം – ഞങ്ങളുടെ ഈ സമരകാഹളം സ്വീകരിക്കാൻ തയാറുള്ള ഒരു ചെവിയെങ്കിലുമെത്തണം. മറ്റൊരു കൈ ഈ ആയുധങ്ങൾ എടുത്തുയർത്താൻ നീളണം. ഞങ്ങളുടെ ചരമഗാനത്തിൽ യന്ത്രത്തോക്കുകളുടെ നിർഘോഷം കലർത്താൻ മറ്റുചിലരെങ്കിലും എത്തണം. വിജയത്തിന്റെയും സമരത്തിന്റെയും പുത്തൻ ഘോഷങ്ങൾ ഉയരണം.

ചെ ഗുവേര 1928 – 1967

ഹവാന, 1959, ഫെബ്രുവരി 5
ഫോസെ ഈ മാർത്തി ലേവ
മർത്തയേസ് നമ്പർ 180
ഹൊൽഗ്വിൻ, ഓറിയന്തെ

പ്രിയ സുഹൃത്തേ,

നമ്മുടെ അയൽരാജ്യത്തിന്റെ, സാന്തോ ദൊ മിങ്ങോവിലെ ജനങ്ങളുടെ, സ്വാതന്ത്ര്യത്തിനുവേണ്ടി പോരാടാൻ തയ്യാറാണെന്ന് പറഞ്ഞ് നിങ്ങളയച്ച കത്തുകിട്ടി. സന്തോഷം.

ആ മഹത്തായ വാഗ്ദാനം അതിന്റെ മുഴുവൻ അർഥത്തിലും ഞാൻ കണക്കിലെടുത്തുവെന്ന് അറിയിക്കട്ടെ. എന്നാൽ ഈ ആവേശവും ഊർജസ്വലതയുമുണ്ടല്ലോ അത് ഭാവിയിലേക്കുവേണ്ടി സജീവം നിലനിർത്തുക. അവസരം വരുമ്പോൾ ഉപയോഗിക്കാം. ഇതിനിടയിൽ സ്കൂളിലെ ചുമതലകൾ ഭംഗിയായി നിറവേറ്റുക. അങ്ങനെ രാഷ്ട്രത്തിന് പ്രയോജനമുള്ള ഒരാളായിത്തീരാൻ ശ്രമിക്കുക. അത്തരക്കാരെയാണ് ക്യൂബക്ക് ഇന്നാവശ്യം. നിങ്ങൾ അങ്ങനെയുള്ളവരിൽ ഒരാളായിത്തീരുമെന്ന് എനിക്കുറപ്പുണ്ട്. അത്തരത്തിലുള്ള ഒരു വാഗ്ദാനം എനിക്കു തരിക.

എന്റെ ഹാർദമായ അഭിവാദനങ്ങൾ

ഡോ. ഏണസ്റ്റൊ ചെ ഗുവേര
കമാണ്ടർ ഇൻ ചീഫ്
മിലിട്ടറി ഡിപ്പാർട്ടുമെന്റ് ഓഫ് ലാ കബാന

12 ചെ ഗുവേര കത്തുകൾ

ചെ ഗുവേര

തരാര, 1959, മാർച്ച് 10
സ: കാർലോസ ഫ്രാൻകി
ഡയറക്ടർ, റവലൂഷൻ
ഹവാന

സ. ഫ്രാൻകി,

കാർത്തലെ എന്ന മാസികയിൽ അന്തോണിയോ ലാ ഹോമൊന്തേ എഴുതിയ 'വാർത്തകൾക്കു പിന്നിൽ' എന്ന കോളം ഞാൻ വായിച്ചു. അതിൽ എന്നെക്കുറിച്ച് പ്രത്യക്ഷത്തിൽ നിരുപദ്രവകരം എന്നു തോന്നുന്ന ഒരു വാർത്തയുണ്ട്. വാസ്തവത്തിൽ എന്റെ വിപ്ലവകരമായ പദവിയെക്കുറിച്ചുള്ള ഒരു ദുഃസൂചന മൂടിപ്പൊതിഞ്ഞ വതരിപ്പിക്കുകയാണ് അതിൽ. ആ വാർത്ത ഇതാണ്: മേജർ ചെ ഗുവേര തരാരയിൽ ഒരു വീട് വച്ചു.

ഈ അന്തോണിയോ ലാഹോ ആരാണെന്നതിലേക്ക് ഞാനിവിടെ കടക്കുന്നില്ല. എന്റെ പക്കൽ വന്നുചേർന്ന റിക്കോർഡുകളിൽ അയാളെക്കുറിച്ച് പറയുന്ന വിവരങ്ങൾ ഞാൻ വെളിപ്പെടുത്തുന്നുമില്ല. ആരോപണ–പ്രത്യാരോപണങ്ങൾ ഉന്നയിക്കുക എന്റെ ലക്ഷ്യമല്ല. പൊതുജനാഭിപ്രായം, ഒരു വിപ്ലവകാരിയെന്ന നിലയിൽ എന്നിൽ വിശ്വാസം അർപ്പിച്ചവരുടെ അഭിപ്രായം, കണക്കിലെടുക്കുകയാണ് എന്റെ ചുമതല. എന്തായാലും *കാർത്തലെ*യിൽ വാർത്തവന്ന നിലയിൽ സത്യസ്ഥിതി വെളിപ്പെടുത്തേണ്ടത് എന്റെ ചുമതലയാണ്. ഞാൻ രോഗബാധിതനാണെന്ന വിവരം *റവലൂഷ*ന്റെ വായനക്കാരെ അറിയിച്ചു കൊള്ളട്ടെ. രാപകലില്ലാതെ ചൂതുകളിച്ചതുകൊണ്ടല്ല, നിശാക്ലബ്ബുകളിൽ രാത്രി മുഴുവൻ കൂത്താടിയതു കൊണ്ടല്ല, എനിക്ക് രോഗം പിടിപെട്ടത്. നേരെമറിച്ച് വിപ്ലവപ്രവർത്തനത്തിലേർപ്പെട്ടതു കൊണ്ടാണ്. ആ പ്രവർത്തനമാവട്ടെ, ഞാൻ കഴിവിനൊത്തവിധം നടത്തുകയും ചെയ്തിട്ടുണ്ട്.

ഹവാനയിലാകുമ്പോൾ എനിക്ക് ധാരാളം സന്ദർശകരുണ്ടാകും. അതുകൊണ്ട് ഡോക്ടർമാരുടെ ഉപദേശപ്രകാരം അവരെ ഒഴിവാക്കാൻ സ്വത്ത് വീണ്ടെടുക്കൽ മന്ത്രാലയം എനിക്കുവേണ്ടി ഈ വീട് ഒരുക്കിത്തന്നതാണ്. രോഗം ഭേദമാകുന്നതോടെ ഞാനീ വീട് ഉപേക്ഷിക്കുകയും ചെയ്യും. ബാത്തിസ്തയുടെ ആൾക്കാർ ഉപേക്ഷിച്ചുപോയ ഈയൊരു വീട്ടിൽ എനിക്ക് താമസിക്കേണ്ടിവന്നത് റബൽ ആർമിയിലെ ഒരു ആപ്പീസർ എന്ന നിലയിൽ എന്റെ ശമ്പളം 125 ഡോളർ ആയതുകൊണ്ടാണ്. ആ തുക എന്റെ കുടുംബത്തിനാകെ താമസിക്കാൻ കഴിയുന്ന വേണ്ടത്ര വലിയ ഒരു വീട് വാടകക്കെടുക്കാൻ എന്നെ അനുവദിക്കുന്നില്ല.

പഴയ ബാത്തിസ്തപക്ഷക്കാരന്റെ വീടുകളിൽ തന്നെ ലളിതമായ ഒന്നാണിത്. എന്നിരുന്നാലും ജനങ്ങളുടെ കണ്ണിൽ എന്നെപ്പോലൊരാൾക്ക് പാർക്കാൻ പറ്റിയതല്ല ഈ വീട്. അന്തോണിയോ ലാഹോവിനും സർവോപരി ക്യൂബയിലെ ജനങ്ങൾക്കും ഞാൻ ഉറപ്പുതരുന്നു, ആരോഗ്യം വീണ്ടെടുത്തു കഴിഞ്ഞാലുടൻ ഞാനിത് ഉപേക്ഷിക്കുന്നതാണെന്ന്.

നിജസ്ഥിതി ജനങ്ങളെ ബോധ്യപ്പെടുത്തുന്നതിന് അവരോടാണല്ലോ ഞങ്ങൾക്ക് ഉത്തരവാദിത്വം. ഈ വരികൾ പ്രസിദ്ധീകരിച്ചാൽ ഞാൻ താങ്കളോട് നന്ദിയുള്ളവനായിരിക്കും.

ചെ ഗുവേര

ഹവാന, 1959, ജൂൺ 7
സർ ഹോസെ റിക്കാർഡോ ഗോമസ്
ലാസ് ഹെറാസ് 126
എസൈസ, അർജന്റീന

പ്രിയ സുഹൃത്തെ,

താങ്കളുടെ കത്തിന് വൈകിയാണെങ്കിലും മറുപടി എഴുതുകയാണ്. എനിക്ക് ധാരാളം ജോലികൾ ചെയ്തു തീർക്കാനുണ്ടെന്ന് താങ്കൾക്കറിയാമല്ലോ. അതിനിടയിൽ എഴുതാൻ സമയം കണ്ടെത്തുക വലിയ വിഷമമാണ്. താങ്കളുടെ കത്തിലുന്നയിച്ച ചോദ്യമുണ്ടല്ലോ. അതിന് നേരിട്ട് മറുപടി കുറിക്കാം. ആദ്യത്തെ 80 കലാപകാരികൾ ആയുധം സമ്പാദിച്ചത് മെക്സിക്കോ നഗരത്തിൽനിന്നാണ്. അവ മുഖ്യമായും സബ്മെഷീൻ ഗണ്ണുകളും മെഷീൻ ഗണ്ണുകളുമായിരുന്നു. അതിനാവശ്യമായ ഗ്രനേഡുകൾ നിർമിച്ചത് അമേരിക്കയിലും. കരയ്ക്കിറങ്ങിയവരിൽ കുറച്ചുപേർ മാത്രമേ മരണത്തെ അതീജിവിച്ചുള്ളു. വാസ്തവത്തിൽ ഞങ്ങൾക്ക് സംഘടിതമായ ഒരു ചെറുത്തുനിൽപ്പ് നടത്താൻ കഴിഞ്ഞില്ല. അപ്പോൾ എങ്ങനെയും ജീവൻ രക്ഷിക്കുക എന്നതുമാത്രമായിരുന്നു പ്രശ്നം. ബോഹിയോസിൽ (ഇവിടെ കർഷകക്കുടിലുകളെ അങ്ങനെയാണ് വിളിക്കുക) അഭയം പ്രാപിച്ച ഞങ്ങൾ രാത്രിയിലാണ് മാർച്ചുചെയ്തത്. ഞങ്ങൾ കൂട്ടായി ആക്രമിച്ചില്ല. തന്ത്രപ്രധാനമായ സ്ഥലങ്ങളിൽ പതിയിരുന്ന് ഗറില്ലാ രീതിയിൽ ആക്രമണം നടത്തുകയായിരുന്നു.

താങ്കളുടെ ആരോഗ്യം മെച്ചപ്പെട്ടിട്ടുണ്ടായിരിക്കുമെന്ന് പ്രത്യാശിക്കുന്നു. ഹാർദമായ അഭിവാദ്യങ്ങൾ.

ഡോ.ഏണസ്റ്റോ ചെ ഗുവേര
കമാണ്ടർ ഇൻ ചീഫ്
മിലിട്ടറി ഡിപ്പാർട്ട്മെന്റ് ഓഫ് ലാ കബാന

പ്രിയപ്പെട്ട ഫെർണാണ്ടൊ,

എന്റെ വ്യക്തിത്വത്തെക്കുറിച്ച്, എന്തെങ്കിലും കാമ്പുള്ളവനാണോ ഞാനെന്നതിനെക്കുറിച്ച്, തനിക്ക് സംശയമുണ്ടായിരുന്നുവെന്ന് എനിക്കറിയാം. എന്നാൽ ഇന്നത്തെ ഞാൻ താൻ അന്ന് മനസിലാക്കിയ എന്നിൽ നിന്നും എത്രയോ വ്യത്യസ്തനാണ്. അതിനുശേഷം പാലത്തിനടിയിലൂടെ ധാരാളം വെള്ളം ഒഴുകിപ്പോയി. പഴയ കാസരോഗിയും താൻപ്രമാണിയുമായ ആ വ്യക്തിയിൽ ഇപ്പോൾ ശേഷിച്ചത് കാസരോഗം മാത്രം. തന്റെ വിവാഹം കഴിഞ്ഞെന്ന് കേട്ടു, എന്റെയും. എനിക്കിപ്പോൾ രണ്ടുകുട്ടികളുണ്ട്. എങ്കിലും ഞാനിപ്പോഴും ഒരു സാഹസിക മനോഭാവക്കാരനാണ്. എന്റെ ഇപ്പോഴത്തെ സാഹസങ്ങൾ ശരിയായ ഒരു ലക്ഷ്യത്തിനു വേണ്ടിയുള്ളതാണെന്നു മാത്രം. തന്റെ വീട്ടുകാരെ എന്റെ അന്വേഷണം അറിയിക്കുക. ഭൂതകാലത്തിന്റെ ഒരവശിഷ്ടമാണ് ഇതെഴുതുന്നതെന്നു പറയുക. ചെയുടെ – അതാണെന്റെ പുതിയ പേര് – സഹോദര നിർവിശേഷമായ ഈ ആലിംഗനവും സ്വീകരിക്കുക.

ഏണസ്റ്റൊ ചെ ഗുവേര

*തന്റെ പഴയ സുഹൃത്ത് ഫെർണാണ്ടൊ ബറാലിന് ഈ കത്തെഴുതിയത് ബാത്തിസ്തയെ ക്യൂബയിൽനിന്ന് പുറത്താക്കി കാസ്ട്രോവിന്റെ നേതൃത്വത്തിലുള്ള ഗവൺമെന്റ് അധികാരത്തിൽ വന്നതിനുശേഷമാണ്.

ഹോസെതികെ
പബ്ലിക്കേഷൻ കോൺടിനന്റ്, എസ്.എ
പാസിയോ ദെല റിഫോമ 95
മെക്സിക്കോ, ഡി എഫ്

പ്രിയ സുഹൃത്തെ,

താങ്കളുടെ കത്തിന് മറുപടി അയക്കാൻ വൈകിയതിൽ എന്നോട് ക്ഷമിക്കുക. വൈകാൻ കാരണം എന്റെ ഭാഗത്തുനിന്നുള്ള അവഗണനയല്ല, മറിച്ച് സമയ ദൗർലഭ്യമാണ്. ക്യൂബയിലേക്കുള്ള യാത്രാച്ചെലവ് വഹിക്കാൻ കഴിയുകയാണെങ്കിൽ എനിക്കതിൽ സന്തോഷമേയുണ്ടാകൂ. പക്ഷേ അതിനു വേണ്ട പണം എന്റെ പക്കലില്ല. റബൽ ആർമിയിലെ മേജർ എന്ന നിലയിലുള്ള ശമ്പളം മാത്രമാണ് എന്റെ വരുമാനം. അന്തസുള്ള ജീവിതനിലവാരം പുലർത്താനുള്ള തുകയിൽ അതൊതുക്കി നിർത്തണമെന്നതാണ് ഞങ്ങളുടെ വിപ്ലവഗവൺമെന്റിന്റെ നയം.

താങ്കളുടെ കത്ത് ഒരു തരത്തിലും എനിക്ക് ശല്യമായിരുന്നില്ല. മറിച്ച് അത് കിട്ടിയപ്പോൾ എനിക്ക് സന്തോഷമാണ് തോന്നിയത്.

സ്നേഹപൂർവം,

മേജർ ഏണസ്റ്റോ ചെ ഗുവേര

17 ചെ ഗുവേര കത്തുകൾ
ചെ ഗുവേര

ഹവാന, 1960, മെയ് 19

പ്രിയ സുഹൃത്തെ,

സ്കൂൾ തപാൽ ദിനം പ്രമാണിച്ച് മാർച്ച് 30–ന് അയച്ച കത്തിന് നന്ദി. നമ്മുടെ ദേശീയ സാമ്പത്തിക പുനർനിർമാണനിധിയിലേക്ക് 50 സെന്റയച്ചതിന് നന്ദി. ദേശാഭിമാന പ്രചോദിതമായ ഈ സൽകൃത്യത്തിന് തെളിവെന്ന നിലയ്ക്ക് ആ സംഖ്യക്കുള്ള 9186 നമ്പർ രസീതും ഇത് സഹിതമയയ്ക്കുന്നു. പഠിത്തം തുടരണമെന്ന നിങ്ങളുടെ മോഹത്തിൽ എനിക്ക് സന്തോഷമുണ്ട്. നാട്ടിനും തനിക്കു തന്നെയും പ്രയോജനമുള്ള ഒരാളായിത്തീരാൻ കഴിയും വിധത്തിൽ ഈ ഉത്സാഹം നിലനിന്നു കാണാൻ ഞാൻ ആഗ്രഹിക്കുന്നു. വിപ്ലവഗവൺമെന്റിനു കുട്ടികളിൽനിന്ന് ലഭിക്കാവുന്ന ഏറ്റവും നല്ല സഹായം ഇതാണ്. നാണയം അടക്കം ചെയ്തയച്ച ആ കത്ത് പോസ്റ്റാഫീസുകാർ മടക്കി അയച്ചതു നിമിത്തം മറുപടി എഴുതാൻ ഞാൻ താൽപര്യം കാട്ടിയില്ലെന്ന് ധരിക്കാനിടയായതിൽ അങ്ങേയറ്റം വ്യസനിക്കുന്നു. വാസ്തവത്തിൽ നിങ്ങളുടെ കത്ത് എനിക്ക് അത്യന്തം ആഹ്ലാദകരമായിരുന്നുവെന്ന് അറിയിച്ചുകൊള്ളട്ടെ. ദയവായി എന്റെ അഭിവാദ്യങ്ങൾ സ്വീകരിച്ചാലും.

ബഹുമാനപൂർവം,

മേജർ ഏണസ്റ്റോ ചെ ഗുവേര

*ക്യൂബൻ സാമ്പത്തിക പുനർനിർമാണനിധിയിലേക്ക് അൻപതു സെന്റിന്റെ നാണയത്തോടുകൂടിയ ഒരു കത്ത് ഹവാന പ്രവിശ്യയിൽപ്പെട്ട അഗ്വാക്കാട്ടെ എന്ന ഗ്രാമത്തിലെ പത്തുവയസുള്ള ഒരു ബാലൻ ചെയ്ക്ക് അയച്ചു. ആ കത്ത് തപാലാപ്പീസുകാർ തിരിച്ചയച്ചപ്പോൾ അവൻ ചെയ്ക്ക് വീണ്ടും എഴുതി. അൻപതു സെന്റ് മണിയോഡറായും അയച്ചു. അതിനെഴുതിയ മറുപടിയാണ് ഈ കത്ത്.

ഹവാന, 1961, ഫെബ്രുവരി 15
ഡോ.ഫർണാണ്ടോ ബറാൽ
പാപ്പ് ജെ 18, ബുഡാപെസ്റ്റ്
ഉജ്‌വെസ്റ്റ്, ഹങ്കറി

പ്രിയ ഫർണാണ്ടോ,

ഏതാനും നിമിഷനേരത്തേക്കുപോലും നമുക്ക് പരസ്പരം കാണാൻ കഴിയുന്നില്ലെന്നത് ശരിക്കും ദു:ഖകരമാണ്. എനിക്കിവിടെ പലതരത്തിലുള്ള ജോലികളുമുണ്ട്. അതുകൊണ്ട് ധൃതിപിടിച്ചും സംക്ഷിപ്തമായുമാണ് ഞാനീ കത്തെഴുതുന്നത്. എന്റെ വിഷമം താങ്കൾക്ക് മനസിലാകുമെന്ന് ഞാൻ പ്രതീക്ഷിക്കുന്നു. ഞാൻ വിഷയത്തിലേക്ക് വരാം. കഴിഞ്ഞ കത്തിൽ, അതിനുമുമ്പത്തെ കത്തിലേതുപോലെ, അതിനെക്കുറിച്ച് ഒന്നും പറഞ്ഞിട്ടില്ലെങ്കിലും ജോലി ചെയ്യാൻ ഈ ഭാഗത്തേക്ക് വരുന്നതിന് താങ്കൾ ആഗ്രഹിക്കുന്നുണ്ടെന്ന് ഞാൻ കരുതുന്നു. താങ്കൾക്കും താങ്കളുടെ ഭാര്യയ്ക്കും ചെയ്യാൻ മാത്രം ജോലി ഇവിടെയുണ്ട്. ശമ്പളം തികയുകയും ചെയ്യും. ആഡംബരപൂർണമായ ജീവിതത്തിന് തികയുകയില്ലെന്ന് മാത്രം. മാതൃഭൂമിയിൽ ഏതെങ്കിലുമൊരു ദിവസം പ്രവർത്തിക്കാൻ തുടങ്ങുന്ന താങ്കളെപ്പോലുള്ള ആളുകൾക്ക് ക്യൂബൻ വിപ്ലവത്തിന്റെ അനുഭവം അത്യന്തം രസകരമായിരിക്കുമെന്ന് എനിക്ക് തോന്നുന്നു. തീർച്ചയായും നിങ്ങൾക്ക് അമ്മയെ കൂടെകൊണ്ടുവരാം. താങ്കളുടെ പ്രവർത്തനത്തിനാവശ്യമായ വ്യക്തിപരമായ എല്ലാ സൗകര്യങ്ങളും താങ്കൾക്കിവിടെ ലഭിക്കും. സർവകലാശാല പുന:സംഘടിപ്പിച്ചിട്ടുണ്ട്. താൽപര്യമുണ്ടെങ്കിൽ അവിടെ ജോലി ചെയ്യാം.

വിപ്ലവം എല്ലാം തകിടംമറിക്കുകയും അടുക്കും മുറയും തെറ്റിക്കുകയും ചെയ്യുമെന്നതിനാൽ സ്വാഭാവികമായും അവിടെയുമിവിടെയും യുക്തിസഹമല്ലാത്ത കാര്യ

ങ്ങൾ കണ്ടേക്കും. കുറേശ്ശെ കുറേശ്ശെയായി ഓരോരുത്തരെയും അവരവർക്കുപറ്റിയ ജോലിക്ക് നിയോഗിക്കും. ആരുടെയും ജോലിക്ക് പ്രതിബന്ധം സൃഷ്ടിക്കാതിരിക്കുക എന്നതുമാത്രമാണ് പ്രധാന കാര്യം.

ചുരുക്കത്തിൽ താങ്കൾക്കിവിടെ ഹൃദയംഗമമായ സ്വാഗതം. താങ്കൾക്ക് വരാൻ ആഗ്രഹമുണ്ടെങ്കിൽ താങ്കൾക്ക് യുക്തമെന്ന് തോന്നുന്ന രീതിയിൽ വിവരം എന്നെ അറിയിക്കുക. ഭാര്യയെ ഇങ്ങോട്ടേക്ക് കൊണ്ടുവരുന്നതിന് എന്തു നടപടികളെടുക്കണമെന്ന് വിശദമായി എഴുതുക.

പല വർഷങ്ങളായി പല മാർഗങ്ങളിലൂടെ സഞ്ചരിക്കുകയായിരുന്നല്ലോ താങ്കൾ. ഞാൻ വിവാഹിതനാണെന്നും രണ്ട് പെൺകുട്ടികളുടെ പിതാവാണെന്നുമുള്ള വ്യക്തിപരമായ കാര്യം അറിയിച്ചുകൊള്ളട്ടെ. ഏതാനും മാസം മുമ്പ് എന്നെ സന്ദർശിച്ച മാമയിൽനിന്ന് പഴയ സുഹൃത്തുക്കളെക്കുറിച്ചുള്ള ചില വിവരങ്ങൾ എനിക്ക് കിട്ടിയിട്ടുണ്ട്.

താങ്കളുടെ സുഹൃത്തിൽനിന്ന് സൗഹൃദപൂർവമായ ആലിംഗനം.

മേജർ ഏണസ്റ്റൊ ചെ ഗുവേര

20 ചെ ഗുവേര കത്തുകൾ
ചെ ഗുവേര

ഹവാന, 1962, നവംബർ 19
"ആസൂത്രണ വർഷം"
അന്ന ലൂയി സ്ട്രോങ്ങ്
9 തായ്ചി ചാങ്ങ്
ബെയ്ജിംഗ്, ചൈന

പ്രിയ സഖാവേ,

സെപ്തംബർ 10–ന് അയച്ച നിങ്ങളുടെ കത്ത് കിട്ടി.

നിങ്ങളുടെ പ്രശ്നങ്ങൾ ഞാൻ മനസിലാക്കുന്നു. നിങ്ങളെ ക്യൂബയിലേക്കു ക്ഷണിച്ചത് നിങ്ങൾ ഞങ്ങളുടെ ഇടയിലുണ്ടാക്കുന്ന ആഹ്ലാദത്തിനുവേണ്ടിയാണ്. ഞങ്ങളുടെ വിപ്ലവവുമായി നിങ്ങൾക്ക് പരിചയപ്പെടുകയും ചെയ്യാം. അതുകൊണ്ട് വിപ്ലവത്തെക്കുറിച്ച് നിങ്ങൾ എഴുതിക്കൊള്ളണമെന്നില്ല. പക്ഷേ, നിങ്ങൾ സ്വന്തം യോഗ്യതയെക്കുറിച്ച് ആവശ്യത്തിലേറെ സംസാരിക്കുന്നതായി ഞങ്ങൾ കാണുന്നു. നിങ്ങളുടെ യാത്രയെ സംബന്ധിച്ചാണെങ്കിൽ എന്റെ ക്ഷണത്തിന് കാലപരിധിയൊന്നുമില്ല. നിങ്ങളുടെ മുമ്പിൽ ഞങ്ങൾ ഞങ്ങളുടെ രാജ്യത്തിന്റെ കവാടങ്ങൾ തുറന്നിടുന്നു. നിങ്ങൾക്കെപ്പോഴും ഇങ്ങോട്ടേക്ക് കടന്നുവരാം. ഇഷ്ടമുള്ളത് ചെയ്യുകയുമാകാം. (ആയിരം പേജുള്ള ഒരു ഗ്രന്ഥം അല്ലെങ്കിൽ ഒന്നും ചെയ്യാതിരിക്കുക – അതിനുമുണ്ടല്ലോ അതിന്റെ സുഖം.)

കമ്യൂണുകളെപ്പറ്റിയുള്ള നിങ്ങളുടെ പുസ്തകത്തിന്റെ കുറെ പ്രതികൾ എന്റെ പക്കലുണ്ട്. ക്യൂബയിൽ അത് വലിയ വിജയമായിരുന്നു. ലാവോസിനെക്കുറിച്ചുള്ള നിങ്ങളുടെ ഗ്രന്ഥമുണ്ടല്ലോ, അത് നമ്മുടെ ഉദ്യോഗസ്ഥയന്ത്രത്തിന്റെ ക്രൂരമായ പൽചക്രങ്ങൾ ഞെരിച്ചുകളഞ്ഞു എന്നറിയിക്കുന്നതിൽ ഖേദമുണ്ട്. ഇവിടെ ക്യൂബയിൽ, യുദ്ധത്തിനുള്ള തയ്യാറെടുപ്പുകഴിഞ്ഞ അവസ്ഥയാണ്. ജനങ്ങൾ ആക്രമണത്തിനു തയ്യാർ. ആരും കീഴടങ്ങാൻ ഒരുക്കമില്ല. എല്ലാവരും അവരവരുടെ ചുമതലകൾ

നിറവേറ്റാൻ ഒരുങ്ങിയിരിക്കുന്നു. ഞങ്ങൾ തോൽക്കുന്നുവെങ്കിൽ (ഞങ്ങളിൽ ജീവൻ അവശേഷിക്കുന്നിടത്തോളം കാലം അതു സംഭവിക്കില്ല) ഞങ്ങളുടെ ദ്വീപിന്റെ ഓരോ മൂലയിലും നിങ്ങൾ തെർമോപൈലേ യിലേതുപോലത്തെ ഒരു സന്ദേശം വായിക്കും. ഏതായാലും ഞങ്ങൾ അന്ത്യചേഷ്ടകളുടെ അണിയറ നാടകമല്ല നടത്തുന്നത്. ഞങ്ങൾക്ക് ജീവിതം വേണം. ഞങ്ങളതു സംരക്ഷിക്കും.

പിതൃഭൂമി അല്ലെങ്കിൽ മരണം
വിജയത്തിലേക്ക്

മേജർ ഏണസ്റ്റോ ചെ ഗുവേര

**"പോവുക, അപരിചിതാ. ഇവിടെ അവളുടെ കൽപ്പനകൾ അനുസരിച്ച് ഞങ്ങൾ വീണുവെന്ന് ലാസിഡീമോണോടു പോയിപ്പറയുക." (അവസാനത്തെ യോദ്ധാവും വീഴുംവരെ പൊരുതി പേഴ്സ്യൻ ആക്രമണകാരികളിൽനിന്ന് തെർമോപൈലേചുരം സംരക്ഷിച്ച സ്പാർട്ടൻ സൈന്യത്തിന്റെ ചരമഗീതകമായി യവനകവി സൈമൊണൈഡ്സ് എഴുതിയ വരികൾ.)*

ഹവാന, 1963, മെയ് 4
"സംഘടനാവർഷം"
സ: ഗില്ലർമോ ലോറന്റ്ബെൻ
ഹവാന

സഖാവേ,

നിങ്ങളുടെ കത്തുകൾ കിട്ടി, നന്ദി.

ഞാൻ അർജന്റീനയിൽ ജനിച്ചു. ക്യൂബയിൽ പട വെട്ടി. ഗ്വാട്ടിമാലയിൽ ഒരു വിപ്ലവകാരിയാകാൻ തുടങ്ങി.

നിങ്ങളുടെ കാര്യങ്ങളിൽ ഇടപെടാനുള്ള ന്യായീകരണമായി ഈ ആത്മകഥാപരമായ സമന്വയം ഉപകരിച്ചേക്കാം.

ഗ്വാട്ടിമാലയിൽ ഗറില്ലകൾ പടവെട്ടുകയാണ്. ജനങ്ങളും ഒരു പരിധിവരെ ആയുധമെടുത്തിരിക്കുന്നു.

ക്യൂബയുടെയോ അർജന്റീനയുടെയോ മാതൃകയിലുള്ള ഒരു വിപ്ലവത്തിലേക്കാണ് അവിടത്തെ സംഭവഗതികൾ നീങ്ങുന്നത്. അതിനെ തണുപ്പിക്കാൻ മാർഗം ഒന്നേയുള്ളു.

അത് സാമ്രാജ്യവാദികൾക്ക് നടപ്പാക്കാൻ കഴിഞ്ഞേക്കും. അരെവാലോയെകൂട്ടി സ്വതന്ത്രതിരഞ്ഞെടുപ്പ് നടത്തുക. പക്ഷേ, അവരത് ചെയ്യുമോ എന്ന് എനിക്ക് തീർച്ചയില്ല. അങ്ങനെയാണ് ഞങ്ങൾ പ്രശ്നം കാണുന്നത്. മറ്റുവിധത്തിലാണ് കാര്യമെന്ന് നിങ്ങൾക്ക് ചിന്തിക്കാനാകുമോ? വിപ്ലവാഭിവാദ്യങ്ങളോടെ,

പിതൃഭൂമി അല്ലെങ്കിൽ മരണം
വിജയത്തിലേക്ക്!
മേജർ ഏണസ്റ്റോ ചെ ഗുവേര

*ഉബിക്കോവിന്റെ ഏകാധിപത്യവാഴ്ചയ്ക്കുശേഷം ഗ്വാട്ടിമാലയിൽ നടന്ന തിരഞ്ഞെടുപ്പിൽ പ്രസിഡന്റായി (1945–50) തിരഞ്ഞെടുക്കപ്പെട്ട ആൾ. പാർലമെന്ററി പരിഷ്കാരങ്ങളുടെ അടിസ്ഥാനത്തിൽ ഗ്വാട്ടിമാലയുടെ പ്രശ്നങ്ങൾക്ക് പരിഹാരം കാണാൻ ശ്രമിച്ചു. *ഹവാന, 1963 മെയ് 4*

"സംഘടനാവർഷം"
മി.പീറ്റർ മറൂച്ചി
വയർ എഡിറ്റർ
ഡി ഡെയിലി മെർക്കുറി
ഗുടേവൽഫ് കനഡ

സുഹൃത്തെ,

ഞങ്ങളുടെ രാജ്യത്ത് ഉദ്യോഗസ്ഥമേധാവിത്വം ശക്തമാണെന്നും അതിന്റെ വേരുകൾ ആഴത്തിൽ ഓടിയതാണെന്നും ഏറ്റുപറയട്ടെ. അത് അതിന്റെ അന്തർഭാഗത്ത് കടലാസുകൾ കുന്നുകൂട്ടി വെക്കുന്നു. അതിന്മേൽ അടയിരിക്കുന്നു. ആ കടലാസുകൾ കൃത്യസമയത്ത് അതിന്റെ ലക്ഷ്യസ്ഥാനത്തെത്താതിരിക്കാൻ അവർ പ്രത്യേകം നിഷ്കർഷിക്കുന്നു. അതുകൊണ്ടാണ് താങ്കളുടെ ദയാപൂർവമായ കത്തിന് ഞാൻ മറുപടി എഴുതുന്നത്.

ക്യൂബ ഒരു സോഷ്യലിസ്റ്റ് രാജ്യമാണ്. ഉഷ്ണമേഖലയിലുള്ള സരളവും പ്രസന്നവുമായ ഒരു രാജ്യം. സ്വന്തം സ്വഭാവവിശേഷങ്ങളിൽ ഒന്നുപോലും പരിത്യജിക്കാത്ത ജനങ്ങളുടെ പക്വതയുടെ മാറ്റ് കൂട്ടുന്നൊരു സോഷ്യലിസ്റ്റ് രാജ്യമാണത്. അതുമായി പരിചയപ്പെടുന്നത് തികച്ചും നല്ലതാണ്. ഇഷ്ടമുള്ളപ്പോൾ താങ്കളിവിടെ വരുമെന്ന് ഞാൻ പ്രത്യാശിക്കട്ടെ.

സ്നേഹപൂർവം,

പിതൃഭൂമി അല്ലെങ്കിൽ മരണം
വിജയത്തിലേക്ക് മുന്നോട്ട്!

മേജർ ഏണസ്റ്റോ ചെ ഗുവേര

1963, മെയ് 23
"സംഘടനാവർഷം"
ഡോ. അലൈദേ കാത്തോ മാർത്തിനെസ്
പ്രാഥമിക പ്രാദേശിക വിദ്യാഭ്യാസ
അസിസ്റ്റന്റ് ഡയറക്ടർ
പ്യൂർത്തോ റെഗ്ല–ഗൊനാബാക്കോ
വിദ്യാഭ്യാസ മന്ത്രാലയം

പ്രിയ സഖാവേ,

നിങ്ങളുടെ കത്തിന് നന്ദി,

ഞങ്ങൾ, വിപ്ലവകാരികൾ, ചിലപ്പോൾ തീരെ ഏകാന്തരാണ്. ഞങ്ങളുടെ കുഞ്ഞുങ്ങൾപോലും ഞങ്ങളെ അപരിചിതരെയെന്നപോലെയാണ് നോക്കുന്നത്. മാമ്മ എന്നു വിളിക്കുന്ന സെൻട്രികളെക്കാൾ കുറവായേ അവർ ഞങ്ങളെ കാണുന്നുള്ളു. താങ്കൾ അയച്ച രചനകൾ ഒരു നിമിഷനേരത്തേക്ക് എന്നെ ഓർമ്മിപ്പിച്ചത് ഒരു പ്രസിഡന്റ് ഞങ്ങളുടെ പട്ടണം സന്ദർശിച്ചപ്പോൾ ഞങ്ങളെഴുതിയ സൃഷ്ടിയെക്കുറിച്ചാണ്. ഞാൻ അന്ന് രണ്ടാം ക്ലാസിലോ മൂന്നാം ക്ലാസിലോ ആണ്. ആ കുട്ടികൾ ആവിഷ്കരിച്ചതും ഇന്നത്തെ ഈ വിപ്ലവത്തിന്റെ കുരുന്നുകളാവിഷ്കരിക്കുന്നതും തമ്മിലുള്ള വ്യത്യാസം ഞങ്ങൾക്ക് ഭാവിയെക്കുറിച്ച് ആത്മവിശ്വാസം നൽകുന്നു.

വിപ്ലവാഭിവാദനങ്ങളോടെ,
പിതൃഭൂമി അല്ലെങ്കിൽ മരണം
വിജയത്തിലേക്ക്!

മേജർ ഏണസ്റ്റോ ചെ ഗുവേര

ദി പ്ലാന്റ് കമ്പേനറോസ്
മോട്ടോർ സൈക്കിൾ അസംബ്ളി പ്ലാന്റ്
ലൊറൈൻ നമ്പർ 102
സാന്തിയാഗൊ ദെ ക്യൂബ

സഖാക്കളേ,

നിങ്ങളുടെ സമീപനത്തിൽ ഒരു പിശകുണ്ട്. ഒരു സാധനം ഉൽപ്പാദിപ്പിക്കുന്നതിന് ഉത്തരവാദികളായ തൊഴിലാളികൾക്ക് അതിന്മേൽ യാതൊരു അവകാശവുമില്ല. ബേക്കറികളിൽ ജോലിചെയ്യുന്നവർക്ക് കൂടുതൽ റൊട്ടിക്കോ സിമന്റ് ഫാക്ടറികളിൽ ജോലി ചെയ്യുന്നവർക്ക് കൂടുതൽ ചാക്ക് സിമന്റിനോ അതുമല്ലെങ്കിൽ നിങ്ങൾക്ക് മോട്ടോർ സൈക്കിളിനോ അവകാശവാദം ഉന്നയിക്കാൻ കഴിയില്ല.

ഞാൻ അവിടം സന്ദർശിച്ചപ്പോൾ ത്രീവീലറുകളിലൊന്ന് ഒരു ചെറിയ ബസിന്റെ രീതിയിൽ ഉപയോഗിക്കുന്നത് കണ്ടു. കൈയോടെ ഞാനതിനെ വിമർശിക്കുകയും ചെയ്തു. കമ്യൂണിസ്റ്റ് ലീഗിലെ ഒരംഗം സംഘടനാപരമായ ജോലികൾ നിർവഹിക്കാനായി അപ്പോൾ പുറത്തുപോയിരിക്കുകയായിരുന്നു. രണ്ടു കാരണങ്ങളാൽ ഞാനതിനെ വിമർശിച്ചു. ഒന്ന്, വാഹനത്തിന്റെ ദുരുപയോഗം. രണ്ട്, സമൂഹം പ്രതിഫലം നൽകുന്ന സമയം ഉപയോഗിക്കുന്നതിനോടുള്ള നിരുത്തരവാദപരമായ സമീപനം.

ശമ്പളത്തിന്റെ കാര്യം പരിശോധിക്കാമെന്നും ചിലതരം ജോലി ചെയ്യുന്ന തൊഴിലാളികൾക്കും സാങ്കേതിക വിദഗ്ധർക്കും കാറുകൾ ലഭ്യമാക്കുന്നതിനുള്ള സാധ്യത ആരായാമെന്നും സംഭാഷണവേളയിൽ ഞാൻ നിങ്ങളോട് പറഞ്ഞു. കാറുകളുടെ വിതരണത്തിന്റെയും മാർക്കറ്റിങ്ങിന്റെയും ഉത്തരവാദിത്വം മുഴുവൻ ട്രാൻസ്പോർട്ട് മന്ത്രാലയത്തിന് കൈമാറിയതുകൊണ്ട് ഇത് ഏർപ്പാട് ചെയ്യുന്നതിനുള്ള സാധ്യതയുണ്ടെന്ന് തോന്നുന്നില്ല.

വിപ്ലവാഭിവാദനങ്ങളോടെ, പിതൃഭൂമി അല്ലെങ്കിൽ മരണം വിജയത്തിലേക്ക് മുന്നോട്ട്!

മേജർ ഏണസ്റ്റൊ ചെ ഗുവേര

ഹവാന, 1963, ഒക്ടോബർ 28
ഡോ. അർത്തുരോ ദോൺ വറോണ
വിസ്ത ഹെർമോസ സബ് ഡിവിഷൻ
കാമാഗുയി

ഡോക്ടർ,

താങ്കളുടെ റിപ്പോർട്ട് കിട്ടി. നിയമത്തിലെ വകുപ്പ് പ്രകാരം അപ്പീൽ അനുവദിക്കാൻ കഴിയാത്തവിധം വലുതാണ് കബല്ലേറിയാസ് (ക്യൂബയിൽ 33 ഏക്കറിന് തുല്യം).

എന്തായാലും എന്റെ ഉൽക്കണ്ഠ ഞാൻ താങ്കളിൽ നിന്ന് മറച്ചുപിടിക്കുന്നില്ല. കാരണം ഒരു സ്വകാര്യ ഉൽപ്പാദകനേക്കാൾ പ്രാപ്തികുറഞ്ഞ ഭരണാധികാരിയാണ് പലപ്പോഴും ഗവൺമെന്റുടമയിലുള്ള സ്ഥാപനങ്ങളുടേത്.

കൃഷിയുമായി ബന്ധപ്പെട്ട് ജീവിക്കുന്ന ഉൽപ്പാദകരിൽ ഒരാളല്ല താങ്കളെന്ന് താങ്കളുടെ മേൽവിലാസത്തിൽ നിന്ന് ഞാൻ അനുമാനിക്കുന്നു. താങ്കളുടെ കണക്കുകൾ വെളിപ്പെടുത്തുന്നതുപോലെ, ഒരുപക്ഷേ താങ്കളുടെ ഭരണപരമായ അനുഭവം ഫിൻകയെ നോക്കിനടത്തുന്നതിന് താങ്കളെ അനുവദിച്ചേക്കും. ഇതൊരു തമാശയായി എടുക്കരുതെന്ന് ഞാൻ അഭ്യർഥിക്കുന്നു. ഐ എൻ ആർ എയിൽ (കാർഷിക പരിഷ്കരണത്തിനായുള്ള നാഷണൽ ഇൻസ്റ്റിറ്റ്യൂട്ട്) താങ്കൾ ചേരുന്നത് ആ സ്ഥാപനത്തെ ശക്തിപ്പെടുത്തും. നാം ജീവിക്കുന്ന കാലത്തിന്റെ പ്രാധാന്യവും ഔചിത്യവും മനസിലാക്കാനുള്ള കഴിവിലാണ് എല്ലാംതന്നെ ആശ്രയിച്ചു നിൽക്കുന്നത്. അങ്ങനെ വരുമ്പോൾ ശരിയായ ഒരു ജനകീയ വിപ്ലവത്തിനിടയിൽ വരാനിടയുള്ള പല തെറ്റുകളെയും വിമർശനബുദ്ധ്യാ വിലയിരുത്താൻ കഴിയും.

വിശ്വസ്തതയോടെ താങ്കളുടെ
പിതൃഭൂമി അല്ലെങ്കിൽ മരണം
വിജയത്തിലേക്ക് മുന്നോട്ട്!
മേജർ ഏണസ്റ്റോ ചെ ഗുവേര

ഹവാന, 1963, ഒക്ടോബർ 28
"സംഘടനാവർഷം"
സ: പാബ്ലോ ഡയസ് ഗോൺസാലേസ്
അഡ്മിനിസ്ട്രേറ്റർ, ഡ്രില്ലിംഗ് ഫീൽഡ്
ക്യൂയെൻക സെൻട്രൽ ഓയിൽ ഫീൽഡ്
പി ഒ ബോക്സ് 9, മജാഗ്വ
കാമാഗുയി

പാബ്ലോ,

നിങ്ങളുടെ ലേഖനം വായിച്ചു. എന്നെക്കുറിച്ചെഴുതിയ നല്ലവാക്കുകൾക്ക് നന്ദി. പക്ഷേ ആവശ്യത്തിലധികമായിപ്പോയില്ലേ എന്ന് ഞാൻ സംശയിക്കുന്നു. നിങ്ങൾ നിങ്ങളെക്കുറിച്ചും ആവശ്യത്തിലധികം സംസാരിക്കുന്നുവെന്നാണ് തോന്നുന്നത്. ചരിത്രമെഴുതുന്ന ഒരു വിപ്ലവകാരി ചെയ്യേണ്ട ആദ്യത്തെ കാര്യം സത്യത്തിൽ അടിയുറച്ചുനിൽക്കുകയാണ്. കൈയുറയിൽ വിരലെന്നപോലെ, നിങ്ങൾ അതു ചെയ്തു. പക്ഷേ, ധരിച്ചത് ഗുസ്തിക്കാരുടെ കൈയുറയായിപ്പോയി. അതേതായാലും നന്നായില്ല.

എന്റെ ഉപദേശമിതാണ്. ലേഖനം വീണ്ടും വായിക്കുക. നിങ്ങൾക്ക് സത്യമല്ലെന്നറിയുന്നതെല്ലാം വെട്ടിക്കളയുക. സത്യമല്ലെന്നുറപ്പുള്ളിടത്ത് ശരിക്കും ജാഗ്രത പാലിക്കുക.

വിപ്ലവാഭിവാദ്യങ്ങളോടെ,
പിതൃഭൂമി അല്ലെങ്കിൽ മരണം
വിജയത്തിലേക്ക് മുന്നോട്ട്!

മേജർ ഏണസ്റ്റൊ ചെ ഗുവേര

ഹവാന, 1963, ഒക്ടോബർ 28
"സംഘടനാ വർഷം"
സഖാവ് കാർലോസ് റാഫേൽ റൊഡ്രിഗൊ
പ്രസിഡന്റ് കാർഷിക പരിഷ്കരണത്തിനുള്ള
നാഷണൽ ഇൻസ്റ്റിറ്റ്യൂട്ട് സിറ്റി

സഖാവേ,

അർജീലിയോ റൊസാബെല്ലിന്റെ കടലാസുകൾ ഞാനിതിലടക്കം ചെയ്യുന്നു. ഞാൻ താങ്കളോട് പറഞ്ഞ (സവന്ത്ഡേ) അഡ്വൻജറിസ്റ്റാണയാൾ. അയാളുടെ ഐഹികമായ പാരിതോഷികം ഒരു ശിക്ഷയായി മാറിയിരിക്കുന്നു.

ഒരു ഉജ്ജ്വലനായ യുവ കമ്യൂണിസ്റ്റെന്ന നിലയിൽ എങ്ങനെ നിയമത്തിൽ നിന്ന് ഒഴിഞ്ഞുമാറണമെന്നും എങ്ങനെ എന്റെ ശ്രദ്ധയെ തിരിച്ചുവിടണമെന്നും നിങ്ങൾക്കറിയാം.

വിപ്ലവാഭിവാദ്യങ്ങളോടെ
പിതൃഭൂമി അല്ലെങ്കിൽ മരണം
വിജയത്തിലേക്ക് മുന്നോട്ട്!

മേജർ ഏണസ്റ്റൊ ചെ ഗുവേര

ഹവാന, 1963, ഒക്ടോബർ 30
ലിദിയ ആർസ് റൊഡ്രിഗ്യൂ
കാല്ലെകാർദിന 69
ഹവാന

സഖാവേ,

താങ്കൾ എനിക്കയച്ച കത്ത് ഞാൻ ആഭ്യന്തരമന്ത്രാലയത്തിലേക്കയച്ചു. കാരണം, അത്തരം പ്രശ്നങ്ങൾ പരിഹരിക്കേണ്ടത് ആ ഏജൻസിയാണ്.

എന്തായാലും തൊഴിലിനോടും വിപ്ലവത്തോടുമുള്ള താങ്കളുടെ സമീപനത്തെ ഞാൻ അഭിനന്ദിക്കുന്നു. താങ്കളുടെ മകൻ അവനു കിട്ടിയ ശിക്ഷ അനുഭവിക്കട്ടെ എന്നാണ് എന്റെ വ്യക്തിപരമായ അഭിപ്രായം. കാരണം, സോഷ്യലിസ്റ്റ് സ്വത്ത് നശിപ്പിക്കാൻ ശ്രമിക്കുകയെന്നത് ഗുരുതരമായ ഒരു കുറ്റമാണ്. ആ കുറ്റം ചെയ്തത് ഏതു സാഹചര്യത്തിലായാലും.

ഇങ്ങനെ പറയേണ്ടിവന്നതിലും അത് താങ്കൾക്കുണ്ടാക്കുന്ന ദുഃഖത്തിലും എനിക്ക് അതിയായ ഖേദമുണ്ട്. ഇക്കാര്യം ഞാനിങ്ങനെ വെട്ടിത്തുറന്നു പറഞ്ഞില്ലെങ്കിൽ ഞാനെന്റെ വിപ്ലവകരമായ കടമ നിറവേറ്റാതിരിക്കലായിരിക്കും.

വിപ്ലവാഭിവാദ്യങ്ങളോടെ,
പിതൃഭൂമി അല്ലെങ്കിൽ മരണം
വിജയത്തിലേക്ക് മുന്നോട്ട്!

മേജർ ഏണസ്റ്റൊ ചെ ഗുവേര

30

ഹവാന, 1963, നവംബർ 11
സഖാവ് ജുവാൻ ഏഞ്ചൽ കാർദി
കല്ലെ 17, നമ്പർ 54, എ പി ടി 22
വദാദൊ, ഹവാന

സഖാവേ,

താങ്കളുടെ അപ്രകാശിത നോവലിന്റെ ഒമ്പത് അധ്യായങ്ങൾ അടക്കം ചെയ്ത് ഒക്ടോബർ 3–ന് അയച്ച കത്ത് കിട്ടി.

ലാസ്വില്ലാസ് ഡയറിയിൽനിന്ന് താങ്കൾക്കാവശ്യമുള്ളതെന്തോ, അത് തെരഞ്ഞെടുക്കുന്നതിന് യാതൊരു തടസവുമില്ല. എങ്കിലും ഒരു കാര്യം ഓർക്കുക. മനോഹരമായ ഒരു ഭാഷയുടെ ആടയാഭരണങ്ങൾ അണിയിച്ചുകൊണ്ടാണ് അത് പ്രസിദ്ധീകരിച്ചിരുന്നത്. സുപരിചിതമായ ഒരു സ്ഥലത്തിന്റെ ചിത്രം പരിശോധിക്കുന്നതുപോലെ *പ്ലെയാദി*ന്റെ ഒരധ്യായം ഞാൻ വായിച്ചു. എങ്കിലും അതെനിക്കു കാണാൻ കഴിഞ്ഞില്ല. താങ്കൾ സെയ്റയിൽ പോയിട്ടില്ലെന്നോ സമരത്തിൽ പങ്കെടുത്തവരുമായി സംസാരിക്കയുണ്ടായില്ലെന്നോ ഉള്ള ഒരു പ്രതീതിയാണ് ആ അധ്യായങ്ങൾ എന്നിൽ ജനിപ്പിച്ചത്. എല്ലാ ഉദാത്തതയോടും കൂടി ആ കാലഘട്ടത്തിന്റെ മാഹാത്മ്യം ഉൾക്കൊള്ളാൻ താങ്കൾക്ക് കഴിഞ്ഞിട്ടില്ലെന്ന് സൗഹൃദപൂർവം അറിയിക്കാൻ എന്നെ അനുവദിക്കുക.

എനിക്ക് തോന്നിയ ഒരു കാര്യം താങ്കളെ അറിയിക്കുന്നു എന്നതിൽ കവിഞ്ഞ് മറ്റൊന്നും ഇതിൽ കാണേണ്ടതില്ല. ഇതിനെ ഒരു സാഹിത്യവിമർശനമായി എടുക്കുകയേ വേണ്ട. ഒരു പഴയ ചിത്രം എങ്ങനെയിരിക്കുന്നു എന്ന് നോക്കുന്നതുപോലെ ഉദാഹരണത്തിന് ഒരു സംഘം സുഹൃത്തുക്കളുടെ ഒരു ഗ്രൂപ്പ് ഫോട്ടോ നോക്കുന്നതുപോലെ അതിൽ സാങ്കേതികമായ ഒരു കുറ്റം കണ്ടെത്തുന്നതുപോലെ കാലം ആ ചിത്രത്തിലെ ആളുകളെ

തിരിച്ചറിയാനാവാത്ത വിധം മാറ്റിയിട്ടുണ്ടോ എന്നും ശ്രദ്ധാപൂർവ്വം നിരീക്ഷിക്കുന്നതുപോലെ അതിനെ കണക്കാക്കിയാൽ മതി.

ഈ നിരീക്ഷണം കൊണ്ട് താങ്കൾക്ക് വല്ല പ്രയോജനവും കിട്ടുന്നുണ്ടെങ്കിൽ ഞാൻ കൃതാർഥനായി. ഇല്ലെങ്കിൽ എന്റെ തുറന്ന പ്രകൃതത്തിൽ പ്രകോപിതനാവാതിരിക്കുക. താങ്കൾക്കെത്ര വയസുണ്ടെന്നോ ഒരു എഴുത്തുകാരൻ എന്ന നിലയിൽ താങ്കൾക്കെത്രത്തോളം കഴിവുണ്ടെന്നോ എനിക്കറിയില്ല. താങ്കളുടെ സഞ്ചാരപഥത്തിലൂടെ പോകുമ്പോൾ എനിക്കു തോന്നുന്ന ഒരേയൊരു വികാരം സത്യം വിനിമയം ചെയ്യുന്നതിന്റേതാണ്. സോഷ്യലിസ്റ്റ് റിയലിസത്തിന്റെ അന്ത്യത്തിന്റെ സംരക്ഷകനായി എന്നെ കാണരുത്. ഈയൊരു വീക്ഷണത്തോടെയാണ് ഞാൻ എല്ലാം നിരീക്ഷിക്കുന്നത്.

താങ്കളുടെ സാഹിത്യസംരംഭത്തിന് എല്ലാ ആശംസകളും.

മേജർ ഏണസ്റ്റൊ ചെ ഗുവേര

ഹവാന, 1964, ഫെബ്രുവരി 20
"സമ്പദ്‌വ്യവസ്ഥയുടെ വർഷം"
മറിയാ റൊസാറിയോ ഗുവേര
36 റൂദെ അന്നാം, മാരിഫ് കാസബ്ലാങ്ക
മൊറോക്കോ

സുഹൃത്തെ,

സത്യം പറയട്ടെ, എന്റെ കുടുംബം സ്പെയിനിലെ ഏതു ഭാഗത്തുനിന്നാണ് വന്നതെന്ന് എനിക്കറിയില്ല. ഒരു കാര്യം തീർച്ച. ദാരിദ്ര്യംമൂലം എന്റെ പൂർവികർ എത്രയോ കാലം മുമ്പുതന്നെ അവിടം വിട്ടതാണ്. ഞാനേതെങ്കിലും ഒരു പ്രത്യേകസ്ഥലത്ത് കുറ്റിയടിച്ചു നിൽക്കാതിരുന്നിട്ടുണ്ടെങ്കിൽ അതിനു പ്രധാന കാരണം എനിക്ക് അനുവദിച്ചു കിട്ടുന്ന പദവിയിലുള്ള അസ്വാസ്ഥ്യമാണ്!

ഞാനും താങ്കളും തമ്മിൽ അടുത്ത ബന്ധമുണ്ടെന്ന് ഞാൻ വിചാരിക്കുന്നില്ല. ലോകത്തിൽ നടക്കുന്ന അനീതി കണ്ട് താങ്കൾ രോഷാകുലനായിത്തീരുന്നുണ്ടെങ്കിൽ നമ്മൾ സഖാക്കളാണ്. അതാണ് പ്രധാനം.

വിപ്ലവാഭിവാദ്യങ്ങളോടെ,
പിതൃഭൂമി അല്ലെങ്കിൽ മരണം
വിജയത്തിലേക്ക് മുന്നോട്ട്!

മേജർ ഏണസ്റ്റോ ചെ ഗുവേര

ഹവാന, 1964, ഫെബ്രുവരി 21
"സമ്പദ്‌വ്യവസ്ഥയുടെ വർഷം"
റോബർട്ടോ ലാ കാബാസ്
റുവദ ദെ ദയോ, 1494 ബെലേം പറ
ബ്രസീൽ

പ്രിയസഖാവേ,

ഞങ്ങളുടെ വിപ്ലവവും താങ്കളും തമ്മിൽ ബന്ധപ്പെടാനിടയായ ഈ പുതിയ അവസരത്തെ ഞങ്ങളോട് ദയാപൂർവമായ ശ്രദ്ധകാണിച്ചതിന് താങ്കൾക്കും താങ്കളുടെ ഭാര്യയ്ക്കും കൃതജ്ഞത പ്രകടിപ്പിക്കാൻ ഞാനുപയോഗിക്കട്ടെ.

ക്യൂബയുടെ സ്മരണയ്ക്കായി ഒരു ഉപഹാരമയയ്ക്കാൻ ഞാൻ ആഗ്രഹിക്കുന്നു.സ്വന്തമായ ഒരു ഭൂതകാലമില്ലായ്മ നിമിത്തവും ഞങ്ങളുടെ നാടൻ പൈതൃകങ്ങളുടെ വംശനാശം മൂലവും ആധുനിക കലയിലുള്ള ഈ ഉപഹാരം സ്വീകരിച്ചാലും.

താങ്കളുടെ ഭാര്യ ഇത് അമൂല്യമായി കരുതുമെന്ന് ഞാൻ പ്രതീക്ഷിക്കുന്നു. ഇതിന്റെ മൂല്യം എന്തുപറയാൻ ശ്രമിക്കുന്നു എന്നതിലല്ല, എന്തിനുവേണ്ടി പറയുന്നു എന്നതിലാണ് കിടക്കുന്നത്.

വിപ്ലവാഭിവാദ്യങ്ങളോടെ വിടവാങ്ങട്ടെ,
പിതൃഭൂമി അല്ലെങ്കിൽ മരണം
വിജയത്തിലേക്ക് മുന്നോട്ട്!

മേജർ ഏണസ്റ്റൊ ചെ ഗുവേര

ഹവാന, 1964, ഫെബ്രുവരി 25
"സമ്പദ്‌വ്യവസ്ഥയുടെ വർഷം"
സർ ലൂയീസ് അമാദോ ബ്ലാങ്കോ
പരിശുദ്ധ വത്തിക്കാനിലേക്കുള്ള ക്യൂബൻ
അംബാസിഡർ, റുഗ്ഗെറൊ ഫൗറൊ നമ്പർ 25
റോം

സഖാവേ,

*റെവിസ്ത ദെ ഓക്സിദെന്തെ** എനിക്കു കിട്ടി.

താങ്കളുടെ മുൻകത്തുകൾ കൈപ്പറ്റിയതിനു ശേഷവും ഞാൻ നിശബ്ദത പാലിച്ചതായിരിക്കണം ഇപ്പോഴയച്ച കത്തിലെ ശകാരത്തിന്റേതായ സ്വരത്തിനു കാരണം. തീർച്ചയായും ഈ വികാരപ്രകടനം ശരിയാണ്. ഞാൻ കുറ്റക്കാരനാണെന്നതാണ് ലളിതമായ വസ്തുത. എനിക്കൊരിടത്തും താങ്കളുടെ പുസ്തകം കാണാൻ കഴിയുന്നില്ല. ഓരോ തവണയും താങ്കളുടെ നിശബ്ദ വിമർശനം സഹിക്കേണ്ടിവരുമ്പോൾ ആ നിമിഷം നീട്ടിക്കിട്ടുന്നതിന് ഞാൻ ആഗ്രഹിച്ചുപോകാറുണ്ട്. വ്യവസായം സംബന്ധിച്ച ഒട്ടേറെ പ്രശ്നങ്ങളിൽ താങ്കൾ കാണിക്കുന്ന താൽപര്യത്തെ ഞാൻ അഭിനന്ദിക്കുന്നു. ബർകാഡികേസ് ഒരു ഗവൺമെന്റ് കമ്മീഷൻ അന്വേഷിച്ചുവരികയാണ്. ഇത് ഒരു കമ്മീഷനായതുകൊണ്ട്, ഗവൺമെന്റ്തല കമ്മീഷനായതുകൊണ്ട്, അതിൽ നിന്ന് കാര്യമായ എന്തെങ്കിലും പ്രതീക്ഷിക്കാൻ കഴിയുമെന്ന് തോന്നുന്നില്ല.

വിപ്ലവാഭിവാദ്യങ്ങളോടെ,
പിതൃഭൂമി അല്ലെങ്കിൽ മരണം
വിജയത്തിലേക്ക് മുന്നോട്ട്!

മേജർ ഏണസ്റ്റൊ ചെ ഗുവേര

---

* *മാഡ്രിഡിൽ പ്രസിദ്ധീകരിക്കുന്ന ഒരു സാഹിത്യമാസിക.*

ഹവാന, 1964, ഫെബ്രുവരി 26
"സമ്പദ്‌വ്യവസ്ഥയുടെ വർഷം"
ഹോസെ മെദ്രൊ മെസ്ത്രെ
ജുവാൻ ബ്രൂണോ ഡയാസ്
നമ്പർ 560
വിബോറ, ഹവാന

സർ,

താങ്കളുടെ താൽപര്യത്തിനും അഭിപ്രായങ്ങൾക്കും നന്ദി. എന്നെ ബോധ്യപ്പെടുത്താനായി താങ്കൾ ചൂണ്ടിക്കാട്ടിയത് വ്രണത്തിലേക്കായിരുന്നു. ഞാൻ എതിർക്കുന്നവരെ താങ്കൾ ഉദ്ധരിച്ചു. നിർഭാഗ്യവശാൽ സമയക്കുറവുമൂലം കത്തുകളിലൂടെ ഒരു വാദപ്രതിവാദം നടത്താൻ എനിക്ക് സാധ്യമല്ല. *ന്യൂസ്ത്രാ ഇൻഡസ്ത്രിറിയാ ഇക്കണോമിക്ക*യുടെ വരും ലക്കങ്ങളിൽ ഇതേ പ്രശ്നം അഭിമുഖീകരിക്കുന്ന സോവിയറ്റ് സാങ്കേതിക വിദഗ്ധരുടെ ലേഖനങ്ങളുണ്ടാകും.

ഫാക്ടറി മാനേജ്മെന്റിൽ സോഷ്യലിസ്റ്റ് കാര്യക്ഷമതയ്ക്കുമേൽ മുതലാളിത്തത്തിന്റെ കാര്യക്ഷമതയില്ലായ്മക്ക് മുൻതൂക്കം നൽകുകയെന്നാൽ അതിന്റെ അർഥം ആഗ്രഹത്തെ യാഥാർഥ്യമായി തെറ്റിദ്ധരിക്കുക എന്നാണ്. സോഷ്യലിസം ചോദ്യം ചെയ്യാനാവാത്ത വിധത്തിൽ മുന്നേറിയത് വിതരണത്തിന്റെ രംഗത്താണ്. കേന്ദ്രീകൃത ആസൂത്രണത്തിലാവട്ടെ, മുതലാളിത്തത്തിന്റെ സംഘടനാപരവും സാങ്കേതികവിദ്യാപരവുമായ ദൗർബല്യങ്ങൾ നിർമാർജനം ചെയ്യാൻ കഴിഞ്ഞിട്ടുണ്ട്. മുൻ സമൂഹവുമായുള്ള ബന്ധം വിച്ഛേദിച്ചതിനെത്തുടർന്ന് ഒരു സങ്കരസമൂഹം സ്ഥാപിക്കാനുള്ള ശ്രമം നടന്നു. ചൂഷണം അപ്രത്യക്ഷമായതിനെത്തുടർന്ന് ചെന്നായ മനുഷ്യന്റെയും ചെന്നായ സമൂഹത്തിന്റെയും സ്ഥാനത്ത് സഹജീവികളെ കൊള്ളചെയ്യാ

നുള്ള ഹീനവികാരങ്ങളില്ലാത്ത ഒരു വർഗം വളർന്നുവരി കയാണ്. കുറഞ്ഞതോതിലാണെങ്കിലും അവനുമുണ്ട് ഇതേ സ്വഭാവത്തോടു കൂടിയ പ്രേരണകൾ. ഭൗതിക താൽപര്യത്തിന്റെ ഉത്തോലകം അവർ കണ്ടെത്തുന്നത് വൈയക്തിയ നേട്ടത്തിലും സമൂഹത്തിന്റെ (ഉദാ: ഫാക്ടറികൾ) ഉന്നമനത്തിലുമാണ്. ഈ ബന്ധത്തിൽ ഞാൻ തിന്മയുടെ വേരുകൾ കണ്ടെത്തുന്നു. മുതലാളിത്തത്തെ അതിന്റെ വശീകരണശക്തി നിഷ്ടപ്പെട്ട അദ്ഭുതമന്ത്രങ്ങ ളിലൂടെ കീഴടക്കാൻ ശ്രമിക്കുന്നത് പ്രയാസകരമാണെന്നു ഞാൻ കരുതുന്നു.

ഇത് അത്യന്തം അവ്യക്തമാണെങ്കിൽ (പാതിരയാ യെന്ന് എന്റെ വാച്ച് പറയുന്നു) മറ്റൊരു ഉപമ എന്റെ സങ്കൽപ്പനം വ്യക്തമാക്കും. സോഷ്യലിസത്തിൽ ഭൗതിക താൽപര്യത്തിന്റെ ഉത്തോലകം ഭാഗ്യക്കുറിപോലെയാണ്. അത് അത്യാഗ്രഹികളെ അത്രയൊന്നും ആകർഷിക്കില്ല. മറ്റുള്ളവരെ പുറംതിരിഞ്ഞുനിൽക്കുന്നതിൽ നിന്ന് കുലു ക്കിയുണർത്തുകയുമില്ല.

ഞാൻ ഈ വിഷയം പറഞ്ഞുതീർന്നെന്നോ ഈ വൈരുധ്യങ്ങൾക്കും ഇതര വൈരുധ്യങ്ങൾക്കും പോപ്പിന്റെ ആമേൻ പറഞ്ഞുകഴിഞ്ഞെന്നോ ഞാൻ അവ കാശപ്പെടുന്നില്ല. നിർഭാഗ്യവശാൽ എന്റെയും എന്റെ രാജ്യത്തിലെ ബഹുഭൂരിപക്ഷത്തിന്റെയും കണ്ണിൽ ഒരു വ്യവസ്ഥയുടെ ശാസ്ത്രീയ വിശകലനത്തെക്കാൾ സ്വാഗതം ചെയ്യപ്പെടുന്നത് അതിനെ നിലനിർത്താനുള്ള ന്യായവാദങ്ങളാണ്. ഇത് കാര്യങ്ങൾ വ്യക്തമാക്കുക യെന്ന നമ്മുടെ ജോലിക്ക് സഹായകമല്ല. നമ്മുടെ എല്ലാ ശ്രമങ്ങളും കരുപ്പിടിപ്പിച്ചെടുത്തത് അതിന്റെ പ്രതിഫലനം ഉണ്ടാക്കിയെടുക്കുകയെന്ന ലക്ഷ്യത്തോടെയാണ്. മാർക്സിസത്തെ ആ മഹത്തായ സിദ്ധാന്തം അർഹി ക്കുന്ന ഗൗരവത്തോടെ സമീപിക്കാൻ വേണ്ടിയാണ്.

അതുകൊണ്ട് താങ്കളും ചിന്തിക്കുന്നുവെന്നതിനാൽ താങ്കളുടെ കത്തിന് ഞാൻ നന്ദി പറയുന്നു. നാം യോജി ക്കുന്നില്ലെന്ന വസ്തുത പ്രധാനമല്ല. മറ്റൊരവസരത്തിൽ താങ്കൾക്ക് എന്നോട് മറ്റെന്തെങ്കിലും പറയാനുണ്ടെങ്കിൽ ഞാൻ ഒരധ്യാപകനല്ലെന്ന്, ഒരു പുത്തൻ ക്യൂബയുടെ നിർമാണത്തിനായി സമരം ചെയ്യുന്ന പലരിൽ ഒരുവനാ ണെന്ന്, ക്യൂബൻ വിപ്ലവത്തിന്റെ ഏറ്റവും പ്രയാസകര മായ നിമിഷങ്ങളിൽ, വിമോചനത്തിനായി സമരം ചെയ്യുന്ന ലോകത്തിന്റെ ചരിത്രത്തിലെ ഏറ്റവും ദുരന്ത

പൂർണവും ഉജ്ജ്വലവുമായ ചില നിമിഷങ്ങളിൽ ഫിദലിനോടൊപ്പം കഴിച്ചുകൂട്ടാൻ ഭാഗ്യം സിദ്ധിച്ച ഒരാളാണെന്ന് ഓർക്കുക. അതുകൊണ്ടാണ് താങ്കൾക്ക് എന്നെ അറിയാമായിരിക്കുമ്പോഴും താങ്കളുടെ പേര് എനിക്ക് തിരിച്ചറിയാൻ കഴിയാത്തത്. അത് നേരെമറിച്ചാകുമായിരുന്നു. ആ അവസ്ഥയിൽ ഞാൻ ജനിച്ചത് ഇവിടെ അല്ലാത്തതുകൊണ്ട് ലോകത്തിന്റെ ഏതെങ്കിലും വിദൂരമായ പ്രദേശത്തിരുന്ന് എനിക്ക് എഴുതേണ്ടിവരുമായിരുന്നു.

അത്രമാത്രം.

വിപ്ലവാഭിവാദ്യങ്ങളോടെ,

പിതൃഭൂമി അല്ലെങ്കിൽ മരണം

വിജയത്തിലേക്ക് മുന്നോട്ട്!

മേജർ ഏണസ്റ്റൊ ചെ ഗുവേര

1964, മെയ് 26
"സമ്പദ്‌വ്യവസ്ഥയുടെ വർഷം"
ഡോ. എഡ്വാർഡോ ആർ ഒർദാസ് ദുകുഞ്ചെ
ഡയറക്ടർ, സൈക്കിയാട്രിക് ആശുപത്രി
ഹവാന

പ്രിയ ഒർദാസ്.

താങ്കളുടെ ജേർണൽ കൈപ്പറ്റി.

എനിക്ക് വളരെക്കുറച്ച് സമയമേയുള്ളൂവെങ്കിലും അതിൽ കൈകാര്യം ചെയ്യുന്ന വിഷയം രസകരമായി തോന്നുന്നു. അത് വായിക്കാൻ ഞാൻ ശ്രമിക്കാം. എനിക്കൊരു കാര്യത്തിൽ ജിജ്ഞാസയുണ്ട്. ക്യൂബയിൽ അത്രയും ഡോക്ടർമാർ ഇല്ലാതിരിക്കുമ്പോൾ എങ്ങനെയാണൊരു വിശേഷവൽകൃത മാസികയുടെ 6300 കോപ്പികൾ അച്ചടിക്കുക?

ഒരു ന്യൂറോ എക്കണോമിക്ക് അവസ്ഥയുടെ ഉമ്മറപ്പടിയിൽ എന്റെ മനസിനെ കൊണ്ടുചെന്നെത്തിച്ച എന്തോ ഒരു പ്രതിഭാസമുണ്ട്. അതിൽ ഞാൻ അദ്ഭുതപ്പെടുകയാണ്. മനഃശാസ്ത്രപരമായ ഞങ്ങളുടെ അറിവ് വർധിപ്പിക്കാൻ അക്കൂട്ടർ ആ ജേർണൽ ഉപയോഗിക്കുന്നുണ്ടോ? അതല്ല അവർക്ക് വിശപ്പിൽ നിന്ന് മോചനം നേടാൻ അതുപകരിക്കുമോ? ഓരോ രോഗിയുടെയും പക്കൽ ഓരോ ജേർണൽ ഉണ്ടാകുന്നതുകൊണ്ട് വല്ല പ്രയോജനവുമുണ്ടോ? 3000 കോപ്പി അച്ചടിച്ചാൽ മതിയെന്നാണ് എനിക്ക് തോന്നുന്നത്. അതിനെക്കുറിച്ച് ചിന്തിക്കാൻ അഭ്യർഥിക്കുന്നു.

ഒരു കാര്യം. ജേർണൽ കൊള്ളാം. അച്ചടിയും മോശമല്ല. താങ്കൾ എന്നെ വിശ്വസിക്കുക. കാരണം, ഭ്രാന്തന്മാർ എല്ലായ്പോഴും സത്യം പറയും.

വിപ്ലവാഭിവാദ്യങ്ങളോടെ

പിതൃഭൂമി അല്ലെങ്കിൽ മരണം

വിപ്ലവത്തിലേക്ക് മുന്നോട്ട്!

മേജർ ഏണസ്റ്റൊ ചെ ഗുവേര

1964, ജൂൺ 12
"സമ്പദ്‌വ്യവസ്ഥയുടെ വർഷം"
ഡോ. രജിനോ ജി ബോതി
മന്ത്രിയും ടെക്നിക്കൽ സെക്രട്ടറിയും
കേന്ദ്ര ആസൂത്രണ ബോർഡ്
സിറ്റി

റഫറൻസ്

കോൺഫെഡറേഷൻ മെഡിക്കപാൻ അമേരിക്കാനാ എന്ന ജേർണലിന്റെ കോപ്പി വർധിപ്പിക്കുന്നതിനുള്ള അപേക്ഷ.

ബഹുമാനപ്പെട്ട മന്ത്രി,

ബോർഡിന്റെ ഉത്തരവ് ഞങ്ങൾ പൂർണമായും നടപ്പാക്കും. ഒരു ഡോക്ടർ എന്ന നിലയിലുള്ള പരിമിതമായ അനുഭവം വെച്ചുകൊണ്ട് ഞാൻ പറയട്ടെ, ആ ജേർണൽ തീർത്തും പൊള്ളയാണ്. എന്റെ അഭിപ്രായത്തിൽ അമ്മാതിരി പൊള്ളയായ ജേർണലിന് രാഷ്ട്രീയധർമങ്ങൾ നിറവേറ്റാൻ കഴിയില്ല. അങ്ങനെ ചെയ്യാനായിരിക്കുമല്ലോ, ഒരുപക്ഷേ, താങ്കളുടെ ശ്രമം.

അത് ചരിത്രത്തിന് വിട്ടുകൊടുക്കുക.

സ്നേഹാദരങ്ങളോടെ,

പിതൃഭൂമി അല്ലെങ്കിൽ മരണം

വിപ്ലവത്തിലേക്ക് മുന്നോട്ട്!

മേജർ ഏണസ്റ്റൊ ചെ ഗുവേര

സഖാവേ,

ഫോട്ടോഗ്രാഫ് റിക്കാർഡുകൾ കൈപ്പറ്റി. അവ പൂർണമല്ല, എന്നല്ല പൂർണതയിൽ നിന്ന് എത്രയോ അകലെയാണ്. അവരുടെ പാരിതോഷികത്തെയാണ് ഞാൻ പരാമർശിക്കുന്നത്. എങ്കിലും ശ്രദ്ധേയമായ മെച്ചം ഉണ്ടായിട്ടുണ്ട്. ഒരുപക്ഷേ ഞാൻ കൈകടത്തുകയായിരിക്കും. കത്തിൽ ഒപ്പിട്ടവരിൽ സാഹിത്യകാരന്മാരുൾപ്പെടും. താങ്കൾ ഉള്ളടക്കം പുതുക്കണമെന്ന് നിർദേശിക്കാൻ എന്നെ അനുവദിക്കുക. എന്റെ അഭിപ്രായത്തിൽ അവർ......*

നിങ്ങളിൽ ചിലർ അവരെ ആകർഷിക്കുകയാണെങ്കിൽ വിഷമിക്കേണ്ട കാര്യമില്ല. ഈ വിഷയത്തിൽ വിധി നിർണയിക്കാൻ പറ്റിയ ആളല്ല ഞാൻ. ഉള്ളടക്കത്തെപ്പറ്റി ഞാനൊന്നും പറയുന്നില്ല. സംഗീതത്തെപ്പറ്റി കാതലായ ഒരഭിപ്രായം പറയാൻ പോലും എനിക്ക് യോഗ്യതയില്ല. കാരണം, ആ വിഷയത്തിലുള്ള എന്റെ അജ്ഞത ചുരുങ്ങിയത് 273 ഡിഗ്രിയിലെത്തും.

എന്നോട് ഈ സൗമനസ്യം കാണിച്ചതിന് നന്ദി.

വിപ്ലവാഭിവാദ്യങ്ങളോടെ

പിതൃഭൂമി അല്ലെങ്കിൽ മരണം

വിപ്ലവത്തിലേക്ക് മുന്നോട്ട്!

മേജർ ഏണസ്റ്റൊ ചെ ഗുവേര

** തുടർന്നുള്ള ഭാഗം കത്തിൽ വ്യക്തമല്ല.*

1964, ആഗസ്ത് 21
"സമ്പദ്‌വ്യവസ്ഥയുടെ വർഷം"
ലിയോൺ ഫെലിപ്പെ
എഡിറ്റോറിയൻ ഗ്രിജാൽബോ, എസ് എ
അകനിഭ ഗ്രഞ്ചാസ് 82
മെക്സിക്കോ 16, ഡി എഫ്

പണ്ഡിത സുഹൃത്തേ,

ഏതാനും വർഷം മുമ്പ്, വിപ്ലവ ഗവൺമെന്റ് അധികാരമേറ്റെടുത്തപ്പോൾ, താങ്കളുടെ ഏറ്റവും ഒടുവിലത്തെ പുസ്തകം താങ്കളുടെ കൈയൊപ്പോടെ ഞാൻ കൈപ്പറ്റി. ഞാനതിന് ഒരിക്കലും നന്ദി പറഞ്ഞില്ല. എങ്കിലും ആ പുസ്തകത്തിന്റെ കാര്യം എല്ലായ്പോഴും മനസിൽ സൂക്ഷിച്ചു. ഞാൻ എന്റെ അടുത്തുതന്നെ വെക്കാറുള്ള രണ്ടോ മൂന്നോ, പുസ്തകങ്ങളിലൊന്ന് *എൽസീർവോ*, ആണെന്നത് താങ്കൾക്ക് കൗതുകമായി തോന്നും. പക്ഷേ, എനിക്കത് വായിക്കാൻ കിട്ടുന്ന അവസരം ദുർലഭമായിരിക്കും. ഉറങ്ങുക അല്ലെങ്കിൽ എന്തെങ്കിലും ചെയ്യാതിരിക്കുക, അതുമല്ലെങ്കിൽ വിശ്രമിക്കുക ക്യൂബയിൽ ഒരു പാപമാണെന്ന് തോന്നിപ്പോകും ചിലപ്പോൾ.

കഴിഞ്ഞ ദിവസം എന്നെ സംബന്ധിച്ചിടത്തോളം അത്യന്തം പ്രാധാന്യമുള്ള ഒരു ചടങ്ങിൽ സംബന്ധിച്ചു. ആവേശഭരിതമായ തൊഴിലാളികളെക്കൊണ്ട് ഹാൾ തിങ്ങിനിറഞ്ഞിരുന്നു. പുതിയ മനുഷ്യന്റെ ചൈതന്യം ആ അന്തരീക്ഷത്തിലാകെ തുടിച്ചു നിന്നു. അപ്പോൾ എന്നിൽ ഒളിഞ്ഞു നിൽക്കുന്ന കവി പുറത്തേക്കു വന്നു. അപ്പോൾ എനിക്ക് താങ്കളെ അവലംബിക്കേണ്ടി വന്നു. അതാണ് താങ്കൾക്കുള്ള എന്റെ അഭിനന്ദനം. ആ നിലയിൽ അതിനെ കാണാൻ അപേക്ഷിക്കുന്നു.

ആത്മാർഥമായ ആദരവോടെ.

മേജർ ഏണസ്റ്റോ ചെ ഗുവേര

---

* സ്പെയിനിലെ ഒരു പേരുകേട്ട കവി.

പ്രിയസഖാവേ,

താങ്കളുടെ ക്ഷണക്കത്ത് കിട്ടി. എന്താണൊരു നേതാവ് എന്ന പ്രശ്നത്തിൽ നമ്മുടെ അഭിപ്രായങ്ങൾ തമ്മിലുള്ള സമൂലമായ അന്തരം, താങ്കൾ ആഗ്രഹിക്കാതെ തന്നെ, അതെനിക്ക് കാട്ടിത്തരുന്നു.

താങ്കൾ എന്നോട് നടത്തണമെന്ന് കത്തിലൂടെ പറഞ്ഞ പ്രഭാഷണമുണ്ടല്ലോ, അതെനിക്ക് നടത്താൻ നിവൃത്തിയില്ല. ഞാൻ അങ്ങനെ ചെയ്യുകയാണെങ്കിൽ വിപ്ലവത്തിനുവേണ്ടി പ്രവർത്തിക്കാൻ എനിക്ക് ലഭ്യമായ സമയം, മുഴുവൻ അതിനുവേണ്ടി വിനിയോഗിക്കേണ്ടിവരും. ഗവൺമെന്റിന്റെയും പാർട്ടിയുടെയും നേതാവിന് എന്തെങ്കിലും തരത്തിലുള്ള ഏതെങ്കിലും ജോലി ചെയ്യുന്നതിന് പ്രതിഫലം നൽകുകയെന്ന കാര്യം എനിക്ക് ചിന്തിക്കാനേ കഴിയില്ല.

എനിക്ക് കിട്ടിയ ഏറ്റവും വലിയ പാരിതോഷികം എന്നെ ക്യൂബൻ ജനത അവരുടെ ഒരു ഭാഗമായി കണക്കാക്കിയതാണ്. അത് പിസോസിലോ സെന്റാവോസിലോ കണക്കാക്കാൻ കഴിയില്ല.

ഈ തരത്തിൽ എഴുതേണ്ടിവന്നതിൽ ഖേദമുണ്ട്. ഹൃദയത്തിന്റെ അടിത്തട്ടിൽ നിന്നിറങ്ങി വരുന്ന ചില വികാരങ്ങൾ എന്നതിൽ കവിഞ്ഞ് മറ്റൊരു പ്രാധാന്യവും ഇതിന് കൽപ്പിക്കരുതെന്ന് ഞാനഭ്യർഥിക്കുന്നു.

പിതൃഭൂമി അല്ലെങ്കിൽ മരണം

വിജയത്തിലേക്ക് മുന്നോട്ട്!

മേജർ ഏണസ്റ്റൊ ചെ ഗുവേര

43 ചെ ഗുവേര കത്തുകൾ

ചെ ഗുവേര

1965, ഏപ്രിൽ

ഫിദൽ,

ഈ നിമിഷം ഞാൻ പലതുമോർക്കുന്നു. മറിയാ അന്തോണിയുടെ വീട്ടിൽവെച്ച് നമ്മൾ കണ്ടത്, താങ്കൾ എന്നെ ക്ഷണിച്ചത്, ആ തയ്യാറെടുപ്പിന്റെ വിഷമങ്ങൾ എല്ലാം.

ഒരു ദിവസം അവർ ചോദിച്ചു, മരിച്ചാൽ ആരെ വിവരമറിയിക്കണം. മരിക്കാനുള്ള സാധ്യത ശരിക്കും ഒരു യാഥാർഥ്യമാണെന്നുള്ളത് നമ്മെയെല്ലാം അലട്ടി. എന്നാൽ പിന്നീട് നമ്മൾ മനസിലാക്കി, അത് സത്യമെന്ന്. ഒരു വിപ്ലവത്തിൽ (അത് ശരിക്കുള്ളതാണെങ്കിൽ) ആളുകൾ ഒന്നുകിൽ മരിക്കും, അല്ലെങ്കിൽ വിജയിക്കും. വിജയത്തിലേക്കുള്ള പാതയിൽ ഒട്ടേറെ സഖാക്കൾ പൊരുതിവീണു.

'ഇന്നിതൊന്നും അത്ര നാടകീയമായി തോന്നുന്നില്ല. കാരണം നമ്മൾ കൂടുതൽ പക്വമതികളായിരിക്കുന്നു. എന്നാൽ വസ്തുതകൾ ആവർത്തിക്കപ്പെടുകയാണ്. ക്യൂബൻ വിപ്ലവത്തോടുള്ള എന്റെ കടമകൾ നിറവേറ്റിക്കഴിഞ്ഞുവെന്ന് ഞാൻ വിശ്വസിക്കുന്നു. താങ്കളോട് ഞാൻ വിട പറയുന്നു.

പാർട്ടിയുടെ ദേശീയ നേതൃത്വത്തിലെ എന്റെ സ്ഥാനം, മന്ത്രിസ്ഥാനം, മേജർപദവി, ക്യൂബൻ പൗരത്വം ഇവയെല്ലാം ഔപചാരികമായി ഞാൻ ഉപേക്ഷിക്കുന്നു. നിയമപരമായി ഒന്നും ഇനി ക്യൂബയുമായി എന്നെ ബന്ധിപ്പിക്കുന്നില്ല. ഉള്ളത് മറ്റൊരുതരം ബന്ധമാണ്. അതാകട്ടെ ഔദ്യോഗികബന്ധങ്ങളെപ്പോലെ പൊട്ടിച്ചെറിയാൻ കഴിയുന്നതല്ലതാനും.

ഭൂതകാലത്തിലേക്ക് തിരിഞ്ഞുനോക്കുമ്പോൾ വിപ്ല

വവിജയം ഉറപ്പിക്കുന്നതിനുവേണ്ടി ഞാൻ അന്തസോടും അർപ്പണബോധത്തോടുംകൂടി പ്രവർത്തിച്ചിട്ടുണ്ടെന്ന് കരുതുന്നു. സിയറാ മെസ്ത്രയിലെ ആദ്യനിമിഷങ്ങൾ മുതൽ താങ്കളിൽ കൂറെക്കൂടി വിശ്വാസമർപ്പിക്കാതിരുന്നതും വിപ്ലവകാരിയും നേതാവുമെന്ന നിലയിൽ താങ്കളുടെ കഴിവുകൾ കാലേ കൂട്ടി വേണ്ടത്ര മനസിലാക്കാതിരുന്നതുമാണ് എനിക്കുപറ്റിയ ഒരേയൊരു വീഴ്ച.

എന്റെ നാളുകൾ മഹനീയങ്ങളായിരുന്നു. ദുഃഖം നിറഞ്ഞതെങ്കിലും സമുജ്ജ്വലമായ കരീബിയൻ പോരാട്ടത്തിന്റെ നാളുകളിൽ താങ്കളുടെയൊപ്പം നിൽക്കുമ്പോൾ നമ്മുടെ ജനതയുടെ അഭേദ്യഭാഗമാകുന്നതിന്റെ അഭിമാനം ഞാനറിഞ്ഞു.

അക്കാലത്ത് താങ്കളേക്കാൾ പ്രഗദ്ഭരായ നയതന്ത്രജ്ഞർ വിരളമായിരുന്നു. യാതൊരു വൈമനസ്യവും കൂടാതെ താങ്കളെ പിൻതുടർന്നതിലും ചിന്തയിലും കാഴ്ചപ്പാടിലും അപകടങ്ങൾ നിർണയിക്കുന്നതിലും തത്വങ്ങൾ വിശകലനം ചെയ്യുന്നതിലും താങ്കളുടെ മാർഗ്ഗവുമായി താദാത്മ്യം പ്രാപിക്കാൻ കഴിഞ്ഞതിലും ഞാൻ അഭിമാനം കൊള്ളുന്നു.

ലോകത്തിലെ മറ്റു രാഷ്ട്രങ്ങൾ എന്റെ എളിയ ശ്രമം ആവശ്യപ്പെടുന്നു. ക്യൂബയുടെ രാഷ്ട്രത്തലവനെന്ന നിലയിൽ ചുമതലകളുള്ളതിനാൽ താങ്കൾക്ക് നിഷേധിക്കപ്പെട്ടിരിക്കുന്ന ജോലി എനിക്ക് ചെയ്യാൻ കഴിയും. നമുക്ക് പിരിയാൻ സമയമായിരിക്കുന്നു.

സന്തോഷത്തിന്റെയും സങ്കടത്തിന്റെയും സമ്മിശ്രവികാരങ്ങളോടെയാണ് ഞാനിതു ചെയ്യുന്നതെന്ന് ഏവരും അറിയണമെന്ന് ഞാനാഗ്രഹിക്കുന്നു. ഒരു നിർമാതാവെന്ന നിലയിൽ എനിക്കുള്ള പാവനമായ പ്രതീക്ഷകളെയും, എനിക്കേറ്റവും പ്രിയപ്പെട്ടവരായിരുന്നവരെയുമാണ് ഞാനിവിടെ ഇട്ടെറിഞ്ഞുപോകുന്നത്. എന്നെ സ്വന്തം മകനായി സ്വീകരിച്ച ഒരു ജനതയെയാണ് ഞാനുപേക്ഷിക്കുന്നത്. അതെന്നെ ആഴത്തിൽ മുറിപ്പെടുത്തുന്നു. താങ്കളെന്നെ പഠിപ്പിച്ച ആ വിശ്വാസദാർഢ്യവും എന്റെ ജനതയുടെ മുഴുവൻ വിപ്ലവചൈതന്യവും എവിടെവച്ചായാലും സാമ്രാജ്യത്വത്തിനെതിരെ പൊരുതുകയെന്ന പാവനധർമ്മം നിറവേറ്റുമ്പോഴുണ്ടാകുന്ന അനുഭൂതികളുമായി ഞാൻ പുതിയ യുദ്ധമുഖങ്ങളിലേക്ക് പോകുന്നു. ഹൃദയത്തിലെ ആഴമേറിയ മുറിവുകൾക്ക് ഇത്

ആശ്വാസം പകരുന്നു. അവയെ ഉണക്കുന്നു.

എനിക്ക് പ്രചോദനമായിത്തീർന്നു എന്നതിൽക്കവിഞ്ഞ ഒരു ഉത്തരവാദിത്വവും ക്യൂബയ്ക്ക് എന്നോടില്ലെന്ന് ഞാൻ ഒരിക്കൽക്കൂടി പ്രസ്താവിക്കുന്നു. മറ്റൊരാകാശത്തിന്റെ കീഴിലാണെന്റെ അന്ത്യമുണ്ടാവുന്നതെങ്കിൽ അപ്പോഴും എന്റെ ചിന്ത ഈ ജനതയെയും പ്രത്യേകിച്ച് താങ്കളെയും കുറിച്ചായിരിക്കും. താങ്കളുടെ ശിക്ഷണത്തിനും മാതൃകയ്ക്കും ഞാൻ കടപ്പെട്ടിരിക്കുന്നു. എന്റെ സ്വന്തം പ്രവർത്തനങ്ങളുടെ അന്തിമമായ ഭവിഷ്യത്തുകളോട് വിശ്വസ്തത പുലർത്താൻ ഞാൻ യത്നിക്കും.

നമ്മുടെ വിപ്ലവത്തിന്റെ വിദേശനയത്തിന്റെ ആളായിട്ടാണ് എല്ലായ്പോഴും എന്നെ കണ്ടിരുന്നത്. ഞാൻ അപ്രകാരംതന്നെ ആയിരിക്കുകയും ചെയ്യും. എവിടെയായിരുന്നാലും ഒരു ക്യൂബൻ വിപ്ലവകാരിയാണ് ഞാനെന്ന ഉത്തരവാദിത്വബോധം എല്ലായ്പോഴും എനിക്കുണ്ടായിരിക്കും. അതനുസരിച്ചുതന്നെ പെരുമാറുകയും ചെയ്യും. ഭാര്യയ്ക്കും കുട്ടികൾക്കും ഭൗതികമായി ഒന്നും കൊടുക്കാനില്ലെന്നതിൽ എനിക്ക് സങ്കടമില്ല. അതങ്ങനെയായതിൽ എനിക്ക് സന്തോഷമുണ്ട്. അവർക്കായി ഞാനൊന്നും ആവശ്യപ്പെടുന്നില്ല. അവരുടെ ചെലവിനും വിദ്യാഭ്യാസത്തിനുമുള്ളത് രാഷ്ട്രം നൽകുമെന്നെനിക്കറിയാം.

താങ്കളോടും നമ്മുടെ ജനതയോടും വളരെയേറെ പറയണമെന്ന് മോഹമുണ്ട്. എന്നാൽ അതാവശ്യമാണെന്ന് തോന്നുന്നില്ല. എനിക്ക് വേണ്ടത് വാക്കുകൾക്ക് ആവിഷ്കരിക്കാനാവില്ല. ശൈലികളെ പരിഹസിക്കേണ്ട കാര്യവുമില്ല.

എന്നുമെന്നും വിജയത്തിലേക്ക് മുന്നോട്ട്

എല്ലാ വിപ്ലവാവേശത്തോടുംകൂടി ഞാനങ്ങയെ ആശ്ലേഷിക്കട്ടെ.

ചെ ഗുവേര

1965 മധ്യം

എന്റെ കുഞ്ഞുങ്ങൾക്ക്

പ്രിയമുള്ള ഹിൽഡീറ്റ, അലൈഡീറ്റ, ക്യാമിലൊ, സീലിയ, ഏണെസ്റ്റോ, എന്നെങ്കിലും നിങ്ങൾ ഈ കത്ത് വായിക്കാനിടയായാൽ അതിന്റെ അർഥം ഞാൻ നിങ്ങളെ വിട്ടു പിരിഞ്ഞെന്നാണ്.

നിങ്ങൾക്കാർക്കും എന്നെപ്പറ്റി അത്ര വലിയ ഓർമ്മ യൊന്നും കാണില്ല. ഏറ്റവും താഴെയുള്ളവർക്കാണെങ്കിൽ എന്നെ ഓർമ്മയേ ഉണ്ടാവില്ല.

ശരിയെന്ന് തോന്നുന്നത് ചെയ്യുകയും സ്വന്തം തത്വ സംഹിതയിൽ ഒരിക്കലും വ്യതിചലിക്കാതെ ജീവിക്കുകയും ചെയ്ത ഒരാളായിരുന്നു നിങ്ങളുടെ അച്ഛൻ. നിങ്ങൾ നല്ല വിപ്ലവകാരികളായി വളരണമെന്നാണ് ഈ അച്ഛന്റെ ആഗ്രഹം. മനസിരുത്തി പഠിക്കുകയും പ്രകൃതിയെ നമ്മുടെ ചൊൽപ്പടിക്കുനിർത്താൻ സഹായിക്കുന്ന സാങ്കേതിക വിദ്യയിൽ വൈദഗ്ധ്യം നേടുകയും ചെയ്യണം. സർവ്വപ്രധാന മായത് വിപ്ലവമാണെന്നും ഒറ്റക്കെടുത്താൽ നമുക്കാർക്കും യാതൊരു പ്രാധാന്യവുമില്ലെന്നും ഓർത്തിരിക്കണം.

അതിലും പ്രധാനമായത് അനീതിയെ എവിടെ കണ്ടാലും എതിർക്കാൻ കഴിയണം എന്നതാണ്. ഒരു വിപ്ല വകാരിയുടെ ഏറ്റവും അഭിനന്ദനാർഹമായ ഗുണം അതാണ്.

കുഞ്ഞുങ്ങളെ, ഈ അച്ഛനെ പോകാനനുവദിക്കുക. എന്നെങ്കിലും നമുക്ക് കാണാൻ കഴിയുമെന്ന് ആശിക്കാം.

അച്ഛന്റെ പൊന്നുമ്മയും ആലിംഗനവും ഇതോ ടൊപ്പം അയയ്ക്കുന്നു.

എന്ന്

സ്വന്തം അച്ചരൻ

47 ചെ ഗുവേര കത്തുകൾ
ചെ ഗുവേര

1965 മധ്യം

പ്രിയമുള്ളോരേ,

ഞാൻ വീണ്ടും പടച്ചട്ടയണിഞ്ഞ് എന്റെ വിപ്ലവാശ്വത്തിൽ കയറി യാത്ര തിരിച്ചിരിക്കുകയാണ്.

ഏതാണ്ട് പത്തുവർഷം മുമ്പ് ഇതുപോലൊരു വിടവാങ്ങൽ കത്ത് എഴുതിയത് ഓർക്കുമല്ലോ. എന്റെ ഓർമ്മ ശരിയാണെങ്കിൽ കൂടുതൽ നല്ല യോദ്ധാവും കൂടുതൽ നല്ല ഡോക്ടറുമാകാൻ കഴിയാത്തതിൽ ഞാൻ സങ്കടപ്പെട്ടിരുന്നു. രണ്ടാമത്തേതിൽ എനിക്കിപ്പോൾ താൽപര്യമില്ല. എന്നാൽ ഒരു യോദ്ധാവെന്ന നിലയ്ക്ക് ഞാനിപ്പോൾ ഒട്ടും മോശമല്ല.

എന്റെ മാർക്സിസം കുറേക്കൂടി ആഴത്തിൽ വേരൂന്നുകയും അതിന് അൽപ്പംകൂടി വ്യക്തത കൈവരിക്കുകയും ചെയ്തിട്ടുണ്ടെന്നതൊഴിച്ചാൽ ഒന്നും കാര്യമായി മാറിയിട്ടില്ല. വിമോചനത്തിനുവേണ്ടി പടവെട്ടുന്ന ജനതയുടെ മുമ്പിൽ സായുധസമരമല്ലാതെ മറ്റൊരു പോംവഴിയുമില്ലെന്നാണ് എന്റെ വിശ്വാസം. ഞാനതിൽ ഉറച്ചുനിൽക്കുകയും ചെയ്യുന്നു. പലരും എന്നെ ഒരു സാഹസികനെന്നു വിളിച്ചേക്കും. ഞാൻ അതാണ്. പക്ഷേ, വ്യത്യസ്തനായ ഒരുതരം സാഹസികൻ. സ്വന്തം വിശ്വാസം ശരിയാണെന്ന് തെളിയിക്കുന്നതിനായി തലപോയാലും വേണ്ടില്ല എന്നു പറയുന്ന കൂട്ടത്തിലാണ് ഞാൻ.

ഒരുപക്ഷേ ഇത് അവസാനമാകാം. എങ്കിലും അങ്ങനെയൊരു അന്ത്യമല്ല ഞാനാഗ്രഹിക്കുന്നത്. പക്ഷേ, യുക്തിവച്ചു നോക്കിയാൽ ആ സാധ്യതയും ഒഴിവാക്കാനാവില്ല. അങ്ങനെ സംഭവിച്ചാൽ ഇതെന്റെ അവസാനത്തെ ആലിംഗനമായി കണക്കാക്കുക.

നിങ്ങളോട് എനിക്ക് അഗാധ സ്നേഹമുണ്ടെങ്കിലും അതു പുറത്തുകാണിക്കാൻ എനിക്കൊരിക്കലും കഴിഞ്ഞിട്ടില്ല. ഞാൻ പ്രവൃത്തികളിൽ വളരെ കണിശക്കാരനാണ്. ചിലപ്പോൾ നിങ്ങൾക്കെന്നെ മനസിലാക്കാൻ കഴിഞ്ഞില്ലെന്ന് ഞാൻ വിചാരിക്കുന്നു. തന്നെയല്ല എന്നെ മനസിലാക്കുക അത്ര എളുപ്പവുമല്ല. പക്ഷേ, ഇപ്രാവശ്യം ഞാൻ പറയുന്നത് വിശ്വസിക്കണം. അങ്ങനെ ഒരു കലാകാരന്റെ അർപ്പണബുദ്ധിയോടെ ഞാൻ കാച്ചിക്കുറുക്കിയെടുത്ത എന്റെ ദൃഢനിശ്ചയം ദുർബലമായ എന്റെ കാലുകൾക്കും പരിക്ഷീണമായ എന്റെ ശ്വാസകോശങ്ങൾക്കും കുറച്ചു കൂടി ശക്തി നൽകുന്നു. ഉദ്ദേശിച്ച കാര്യം ഞാൻ നടപ്പിലാക്കും.

ഇരുപതാം നൂറ്റാണ്ടിലെ ഈ എളിയ യോദ്ധാവിനെ വല്ലപ്പോഴുമെല്ലാം ഓർക്കുക.

സീലിയ, റോബർട്ടൊ, ജുവാൻ മാർട്ടിൻ, പടോട്ടിൻ. ബിയാട്രിസ് തുടങ്ങി എല്ലാവരെയും എന്റെ സ്നേഹാന്വേഷണങ്ങൾ അറിയിക്കുക.

നിങ്ങളിരുവരെയും ഹാർദമായി ഒന്നു മാറോടണക്കാൻ ദുർവാശിക്കാരനായ ഈ മുടിയനായ പുത്രനെ അനുവദിക്കുക.

ഏണസ്റ്റൊ

** 1965 മധ്യത്തിൽ രക്ഷാകർത്താക്കൾക്കെഴുതിയ കത്ത്*

49 ചെ ഗുവേര കത്തുകൾ

ചെ ഗുവേര

1966, ഫെബ്രുവരി 15

പ്രിയമുള്ള ഹിൽഡീറ്റ,

ഈ കത്ത് നിനക്ക് കിട്ടുന്നത് വളരെ വൈകിയായിരിക്കും. നീ എപ്പോഴും എന്റെ ഓർമ്മയിലുണ്ട്. നിന്റെ ഈ പിറന്നാൾ ദിവസം നീ സന്തുഷ്ടയായിരിക്കുമെന്ന് ഞാൻ വിശ്വസിക്കുന്നു. നീ ഏതാണ്ടൊരു യുവതിയായിക്കഴിഞ്ഞ സ്ഥിതിക്ക് ഒരു കൊച്ചു കുഞ്ഞിനോടെന്നപോലെ അതുമിതും എഴുതി അയക്കാൻ എനിക്കിപ്പോൾ സാധ്യമല്ലല്ലോ.

ഞാനിപ്പോൾ വളരെ അകലെ ഒരിടത്താണെന്ന് നിനക്കറിയാമായിരിക്കും. ഇനിയും വളരെക്കാലം ശത്രുക്കൾക്കെതിരെ പൊരുതി ഇവിടെത്തന്നെ കഴിയേണ്ടി വരും വരും. ഈ പോരാട്ടത്തിൽ എന്റെ സംഭാവന അത്ര വലുതല്ലെങ്കിലും മോശമാവില്ല. നിനക്ക് നിന്റെ അച്ഛനെപ്പറ്റി അഭിമാനിക്കാനേ വകയുണ്ടാകൂ. എനിക്ക് നിന്നെപ്പറ്റിയെന്നപോലെ.

നമ്മുടെ സമരം വളരെ ദീർഘമായ ഒന്നാണെന്നും നീ വലുതായിക്കഴിഞ്ഞാലും, അതിനായി നിനക്ക് നിന്റേതായ സംഭാവന നൽകാനുണ്ടാകുമെന്നും ഓർത്തിരിക്കണം. അപ്പോഴേക്ക് നല്ലൊരു വിപ്ലവകാരിയാകാൻ നീ തയ്യാറെടുക്കണം. നിന്റെ ഈ പ്രായത്തിൽ അതിനർഥം നീ നല്ലപോലെ നിന്റെ കഴിവിന്റെ പരമാവധി പഠിക്കുകയും നീതിക്കുവേണ്ടി എല്ലായ്പോഴും ശബ്ദമുയർത്താൻ സന്നദ്ധയാവുകയും വേണമെന്നാണ്. കൂടാതെ അമ്മ പറയുന്നതനുസരിക്കണം. നീ വലിയ ആളായെന്ന് ഭാവിക്കാതിരിക്കുകയും വേണം. അതിന് സമയം വരും.

സ്കൂളിലെ ഏറ്റവും നല്ല കുട്ടികളിൽ ഒരാളാകാൻ നീ ശ്രമിക്കണം. നല്ലതെന്നതുകൊണ്ട് ഞാൻ എന്താണ്

വിവക്ഷിക്കുന്നതെന്ന് പറയേണ്ടതില്ലല്ലോ. എല്ലാകാര്യങ്ങളിലും മുൻപന്തിയിൽ നിൽക്കണം. പഠിത്തത്തിലും വിപ്ലവത്തിനുപറ്റിയ തരത്തിലുള്ള പെരുമാറ്റത്തിലും എല്ലാം. മറ്റൊരു വിധത്തിൽ പറഞ്ഞാൽ കാര്യഗൗരവത്തോടെ ജോലി ചെയ്യുകയും മാതൃഭൂമിയോടും വിപ്ലവത്തോടും കൂറുപുലർത്തുകയും സഖാക്കളെപ്പോലെ പെരുമാറുകയും മറ്റും വേണം. നിന്റെ പ്രായത്തിൽ ഞാനങ്ങനെയായിരുന്നില്ല. പക്ഷേ അപ്പോൾ ഞാൻ ജീവിച്ചത് മനുഷ്യർ പരസ്പരം ശത്രുക്കളെപ്പോലെ കടിപിടികൂടിയ ഒരു സമൂഹത്തിലായിരുന്നുവെന്ന് ഓർക്കുക. തികച്ചും വ്യത്യസ്തമായ മറ്റൊരു കാലഘട്ടത്തിൽ ജീവിക്കാനുള്ള സൗഭാഗ്യം നിനക്ക് കൈവന്നിട്ടുണ്ട്. അത് മറക്കാതെ ജീവിക്കുക. ഇടയ്ക്കിടക്ക് കൊച്ചുങ്ങളുടെ കാര്യം ശ്രദ്ധിക്കണം. ശരിക്ക് പഠിക്കാനും പെരുമാറാനും അവരെ ഉപദേശിക്കണം. അലൈഡീറ്റയുടെ കാര്യത്തിൽ പ്രത്യേകം ശ്രദ്ധവേണം. ചേച്ചിയെന്ന നിലയ്ക്ക് നിന്നോട് അവൾക്ക് എന്തൊരു ആരാധനാഭാവമാണുള്ളതെന്ന് ഞാൻ പറയേണ്ടല്ലോ.

എന്നാൽ വല്യമ്മേ, നിർത്തട്ടെ, ഒരിക്കൽ കൂടി ജന്മദിനാശംസകൾ! എനിക്കുവേണ്ടി അമ്മയെയും ഗീനയെയും കെട്ടിപ്പിടിച്ചൊരുമ്മ കൊടുത്തേക്കുക. നമ്മുടെ ഈ വേർപാടിന്റെ കാലമത്രയും ഓർമ്മയിരിക്കത്തക്കവിധം ഈ എഴുത്തിലൂടെ നിന്നെ ഒന്ന് കെട്ടിപ്പിടിച്ചുമ്മവെക്കാൻ എന്നെ അനുവദിക്കുക.

എന്ന്

സ്വന്തം അച്ഛൻ

അർജന്റീന, 1967, ജനുവരി

ഡോൺ ഏണസ്റ്റൊ,

റോസിനാന്റെയുടെ കുളമ്പടികൾക്കിടയിൽ നിന്നുയരുന്ന പൊടിപടലത്തിനിടയിലൂടെ എന്നെ പിന്തുടരുന്ന വൻശത്രുക്കൾക്കെതിരെ കുന്തം ചുഴറ്റിക്കൊണ്ട് നിങ്ങളുടെയെല്ലാം ഇംഗിതം മനസിലാക്കിക്കൊണ്ടെന്നോണമുള്ള ഈ സന്ദേശം ഞാനയക്കുന്നു. എല്ലാപേർക്കും പതിവുള്ള നവവത്സരാശംസകൾ! എല്ലാവരേയും മാറോടണക്കുകയും ചെയ്യുന്നു. ബന്ധുമിത്രാദികളുടെയെല്ലാം സാന്നിധ്യത്തിൽ എന്റെ അമ്മായി തന്റെ പതിനഞ്ചാം പിറന്നാൾ ആഘോഷിക്കുന്ന ഈ അവസരത്തിൽ അവിടെ സന്നിഹിതനല്ലാത്ത വികാരജീവിയായ ഈ അംഗരക്ഷകനെ ഓർക്കാൻ ഒരു നിമിഷം കണ്ടെത്തുമെന്ന് പ്രതീക്ഷിക്കട്ടെ. കഴിഞ്ഞ തവണത്തേതിനേക്കാൾ വേഗം നിങ്ങളെ എല്ലാവരേയും കാണാൻ എനിക്ക് ആഗ്രഹമുണ്ട്. ഇന്ദ്രജാലരാജാവിന്റെ ആഗ്രഹപ്രകാരം യാത്രക്കിടയിൽ കണ്ടുമുട്ടാനിടയായ ഒരു നക്ഷത്രം മുഖേനയാണ് ഞാനെന്റെ വ്യക്തമായ ആഗ്രഹം നിങ്ങളെ അറിയിക്കുന്നത്.

താമസിയാതെ നേരിൽ കാണാം. ഇനി അഥവാ തമ്മിൽ കാണാൻ പറ്റിയില്ലെങ്കിൽ..........

മകൻ ഡി.

ഫിദെലിന് ഒരു ഗാനം

ചെ ഗുവേര
ഫിദൽ,
സൂര്യൻ ഉദിക്കുകതന്നെ ചെയ്യുമെന്ന്
താങ്കൾ പറഞ്ഞില്ലേ?
നമുക്ക് യാത്ര തിരിക്കാം.
ഭൂപടങ്ങൾക്ക് ദുരൂഹമായ പാതകൾ താണ്ടി
അങ്ങ് സ്നേഹിക്കുന്ന ആ പച്ച മുതലയെ സ്വതന്ത്രയാക്കാൻ
നമുക്ക് മുന്നോട്ട് നീങ്ങാം.

–കറുത്ത, വിപ്ലവകാരികളായ നക്ഷത്രങ്ങൾ
കത്തി നിൽക്കുന്ന കൺപോളകൾ കൊണ്ട്
എല്ലാ അവഹേളനങ്ങളേയും തൂത്തുമാറ്റിക്കൊണ്ടു,
നാം ഒന്നുകിൽ വിജയം നേടും
അല്ലെങ്കിൽ, മരണത്തെ മറികടക്കും.

ഒന്നാമത്തെ വെടിമുഴക്കത്തിൽതന്നെ
കാട്ടിലാകെ നവോന്മേഷത്തിന്റെ ജ്വാലകൾ പടരും.
ആ നിമിഷം, താങ്കളുടെ പക്ഷത്ത്
പ്രശാന്തരായി ഞങ്ങൾ നിലകൊള്ളും

താങ്കളുടെ ശബ്ദം നാല് പ്രചണ്ഡവാതങ്ങളായി–
കാർഷിക വിപ്ലവത്തിനും നീതിക്കും അപ്പത്തിനും–
സ്വാതന്ത്ര്യത്തിനും വേണ്ടി

ആഞ്ഞടിക്കുമ്പോൾ
ഒരേ സ്വരത്തിൽ അടിപതറാതെ
ഞങ്ങൾ താങ്കളോടൊപ്പം കാണും.

ഒടുവിൽ പകലറുതിയിൽ
ആ മഹാ മർദകനെതിരായുള്ള താങ്കളുടെ
പടയോട്ടം വിജയത്തിന്റെ വെന്നിക്കൊടി നാട്ടുമ്പോൾ,
അവസാന യുദ്ധത്തിനൊരുങ്ങി
ഞങ്ങൾ, താങ്കളോടൊപ്പം കാണും.

ക്യൂബയുടെ കൂരമ്പ് ആഞ്ഞുതറച്ച മുറിവും
നക്കിത്തുടച്ചുകൊണ്ട് ആ ക്രൂരവ്യാഘ്രം അമറുമ്പോൾ
അലയടിക്കുന്ന ഹൃദയവുമായി
ഞങ്ങൾ താങ്കളോടൊപ്പം കാണും.

ഫിദൽ,
പ്രലോഭനചിരിയുമായി തുള്ളിച്ചാടി നടക്കുന്ന
ആ പുള്ളിത്തോലിയൻ ചെള്ളുകൾക്ക്
ഊറ്റിക്കുടിക്കാനാവുന്നതല്ല ഞങ്ങളുടെ ആവേശം.......
ഞങ്ങൾക്കു വേണ്ടത്
അവരുടെ തോക്കുകളും തോട്ടകളുമാണ്
അതുമാത്രം.

ഒടുവിൽ, ഞങ്ങൾ
ഞങ്ങളുടെ മാർഗം ചെറുത്തുനിൽക്കുന്ന
ഇരുമ്പുകുന്തങ്ങളിൽ കുരുങ്ങാനാണിട വരുന്നതെങ്കിൽ
ഞങ്ങൾക്ക് ഒന്നേ വേണ്ടൂ.
അമേരിക്കൻ ചരിത്രത്തിലേക്കുള്ള
യാത്രാ മധ്യേ തകർന്നുപോയ
ഞങ്ങളുടെ ഗറില്ലാ അസ്ഥികൾക്ക്
പുതയ്ക്കാൻ
ക്യൂബയുടെ കണ്ണീരുകൊണ്ടു നെയ്ത
ഒരു കമ്പളം മാത്രം

വിവ: കെ കെ കൃഷ്ണകുമാർ

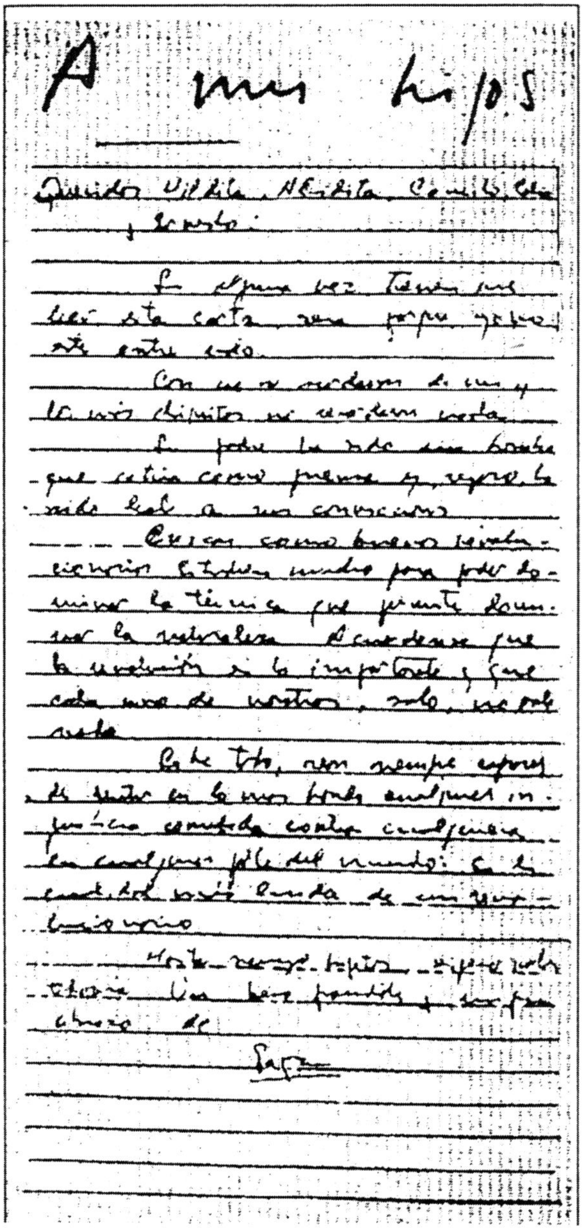

A mis hijos

Queridos Hildita, Aleidita, Camilo, Celia y Ernesto:

Si alguna vez tienen que leer esta carta, será porque yo no esté entre Uds.

Casi no se acordarán de mí y los más chiquitos no recordarán nada.

Su padre ha sido un hombre que actúa como piensa y, seguro, ha sido leal a sus convicciones.

Crezcan como buenos revolucionarios. Estudien mucho para poder dominar la técnica que permite dominar la naturaleza. Acuérdense que la revolución es lo importante y que cada uno de nosotros, solo, no vale nada.

Sobre todo, sean siempre capaces de sentir en lo más hondo cualquier injusticia cometida contra cualquiera en cualquier parte del mundo. Es la cualidad más linda de un revolucionario.

Hasta siempre hijitos, espero verlos todavía. Un beso grandote y un gran abrazo de

Papá

മക്കൾക്കെഴുതിയ അവസാനത്തെ കത്ത്

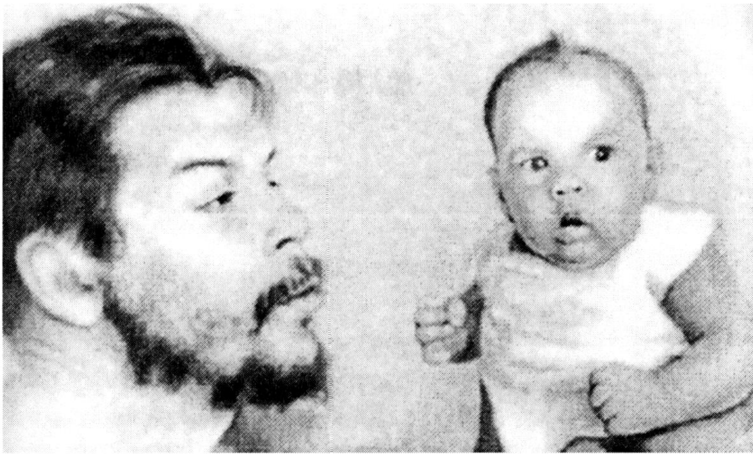

മക്കൾ കമിലിറ്റൊയുമൊത്ത് (1960)

അവസാനത്തെ കുടുംബഫോട്ടോ – 1964ന്റെ ഒടുവിൽ

ഹവാനയിൽ കുടുംബത്തോടൊപ്പം (1959)

വിവാഹം – ചെയും അലൈഡയും മധ്യത്തിൽ